Edizioni PensareDiverso
Cenacolo Jung Pauli

Bruno Del Medico

Je, hili linatokea kwako pia?

Matukio ya ajabu, matukio ya mbeleni, telepathy, ndoto za kinabii. Msongamano wa quantum wa Carl Jung na usawazishaji hufafanua mambo haya ya ajabu.

Bruno Del Medico Editore
Edizioni PensareDiverso
edizioni@delmedico.it

Index ya kitabu hiki.

Utangulizi wa maandishi.

Ubinadamu umeelewa tangu maendeleo ya kwanza ya fahamu kwamba baadhi ya matukio muhimu hayatokani na bahati. Matukio yasiyoelezeka ni ishara kutoka kwa kiwango cha juu cha falsafa au kimungu. Hii ni akili yenye akili inayojaribu kuwasiliana na ufahamu wa mwanadamu.

Kwa bahati mbaya, imani hizi zimefutiliwa mbali na sayansi ya kupenda vitu katika muda wa karne tatu zilizopita. Lakini mnamo 1980, majaribio ya fizikia ya quantum yalionyesha kuwa ulimwengu haujatengenezwa kwa maada tu bali una sehemu ya kiakili.

Katika mwelekeo huu mpya, nishati na habari hazina nafasi au mipaka ya wakati.

Fizikia ya Quantum inathibitisha ufahamu mwingi wa zamani. Kwa mfano, inathibitisha dhana ya "Soul of the World" iliyotengenezwa na mwanafalsafa wa Kigiriki Plato, pamoja na nadharia ya "collective subconscious" iliyotengenezwa na Carl Gustav Jung.

Kitabu hiki kinaepuka kanuni za kisayansi na kiufundi na huambatana na msomaji katika kuelewa viwango vingi vinavyounda ukweli mmoja. Kwa kweli, pamoja na kiwango cha kimwili tunachojua, kuna wengine wengi. Kwa mfano, kuna kiwango cha "quantum", mfano wa chembe za msingi, ambapo matukio yanayoonekana kuwa haiwezekani na sayansi ya uyakinifu hufanyika. Katika uwanja wa chembe za msingi tunapata kiwango kinachoitwa "quantic nowhere", ambapo wakati na nafasi hazipo tena.

Katika njia hii ya maarifa hata udhihirisho wa ziada, kama vile telepathy na maono ya kile kitakachotokea katika siku zijazo, huwa sehemu muhimu za ukweli wa kushangaza.

Sadfa zisizo muhimu na "matukio muhimu".

Sadfa huwa na mambo mawili ya hakika au matukio yaliyounganishwa pamoja ili kubainisha mfuatano wa kimantiki. Sadfa inaweza kuwa ya kukusudia, iliyopangwa, au kwa sababu ya hali ya bahati mbaya. Mifano ya awali ya miunganisho inayotakiwa na iliyopangwa ni ile iliyopangwa mapema na njia za usafiri wa barabara; kwa misingi ya ratiba fulani, kuwasili kwa gari moja kunafuatiwa na kuondoka kwa mwingine. Hakuna zaidi ya kawaida. Kisha kuna matukio ya bahati mbaya, ambayo hutokea wakati hayakupangwa. Kwa mfano, ninaenda kwenye duka kubwa, nenda kwenye kaunta ya deli na uhifadhi wangu una nambari 64. Kisha ninaenda kwa mkate na hapa pia uhifadhi una nambari 64. Yote ya kawaida sana; sadfa inaweza kuwa na hamu ya kutaka kujua ikiwa, nikitoka, ningepanda basi la 64, ambalo ningekutana na rafiki ambaye anatimiza miaka 64 siku hiyo hiyo. Ikiwa basi, baada ya kutayarisha salamu zangu za heri, nikishuka kwenye basi, nilisimama kwenye duka la magazeti katika Via Roma 64, ili kununua nambari 64 ya gazeti langu ninalolipenda, ningeanza kujiuliza ikiwa hakuna jambo la ajabu katika kurudia nambari hiyo. 64.

Kwa kweli, mlolongo kama huo hutokea kwa marudio fulani, lakini hatuoni, kwa sababu tunashughulika kufikiria juu ya kitu kingine. Kwa hivyo, matukio haya yanayohusiana na nambari au mengine, ingawa ya kushangaza, yanatuteleza na hayapati maana kwetu, ambayo ni, hayana maana.

Matukio haya yasiyofanana yanaweza kuwa muhimu ikiwa tutatambua kurudiwa kwa nambari na kuanza kufanya kazi na ubongo tukijiuliza haya yote yana maana gani.

Picha ya zamani..

Giovanna B. alikuwa akichoka. Alasiri hiyo ya Jumapili, kwa sababu ya kuzorota kidogo, alilazimika kukaa nyumbani. Baada ya kutazama vitabu vyote, na kutazama bure kwenye TV kwa onyesho la kupendeza, aliamua kufanya kitu muhimu. Kwa mfano, angeweza kuning'iniza bango alilokuwa akingojea kwa miezi michache lililokunjwa vizuri katika kesi yake, lakini lilionekana kuwa jambo la ajabu sana. Akachagua kazi nyingine ndogo ambayo alikuwa akikusudia kuimaliza kwa miezi kadhaa, yaani kubadilisha karatasi ya kuweka kwenye droo yake ya mezani.

Droo ilikuwa pana na ya kina. Akaitoa na kuanza kuweka vitu vyote ndani ya boksi. Alipokuwa akivuta vitu vya mtu binafsi alistaajabu ni wapi vitu vidogo vidogo ambavyo aliviona vimepotea.

Alipomaliza kuitoa, aliitoa ile karatasi kuukuu kutoka kwa pini za kuchora zilizoishikilia na kuikunja ili kuitupa. Kwa mshangao mkubwa, aligundua mstatili mdogo wa karatasi ambao ulikuwa umeteleza chini ya safu ya karatasi: ilikuwa picha ya zamani, ambayo ilikuwa hapo kwa nani anajua miaka ngapi. Hakika, katika picha hiyo Giovanna alikuwa mdogo zaidi na alionyeshwa pamoja na marafiki wengine wakati wa safari ambayo ilianza angalau miaka ishirini mapema. Alianza kuchunguza wahusika waliotolewa kwenye picha na nostalgia. Hakika, huyo alikuwa Paolo, na huyo alikuwa Sergio, Sguincio, na huyo alikuwa Arianna anayejulikana kama La Micia... Wote walikuwa marafiki ambao bado alikuwa akienda mara kwa mara, hata kama kila mtu, kufikia sasa, alikuwa akiishi katika hali tofauti.

Lakini yule jamaa kati ya Laura na Silvio, yule chubby, alikuwa nani? Alijilazimisha kukumbuka na mwisho hapa kulikuwa na mwanga: lakini ndiyo, ilikuwa "Koto". Alipomaliza shule ya upili alikuwa amebadilisha jiji kutokana na mahitaji ya kazi ya familia na kidogo kidogo mawasiliano yalipungua hadi kupotea.

Kwa muda mrefu alikuwa akifikiria juu ya kipindi hicho cha maisha yake, shule, marafiki (wale aliowakumbuka) na sasa hii "Koto" ambayo ilionekana ghafla katika mchana huo wa kuchosha. Alibadilisha karatasi, akarudisha droo nyuma na hakufikiria zaidi juu yake jioni hiyo.

Alasiri iliyofuata, alipokuwa akifanya kazi za nyumbani kadiri alivyoweza, simu iliita. Je, ungeamini? Kwa upande mwingine wa mstari sauti ilianza kusema:

"Hi, wewe ni Joanna? Sijui kama unanikumbuka, tulisoma sekondari pamoja na ukaniita Pebble... Jana, nikifikiria nyuma enzi hizo, nilitaka kutafuta marafiki zangu wa zamani tena. Nambari ya kwanza niliyoipata kwenye kitabu cha zamani cha anwani ni yako..."

Mambo mawili yasiyohusiana yanaweza kuunda "sadfa kubwa".

Ni dhahiri kwamba ugunduzi tu wa picha yenyewe ulikuwa ukweli wa kushangaza tu. Lakini simu siku inayofuata itaanzisha muunganisho ambao, kwa Giovanna, una "maana ya kushangaza" na hufanya sadfa kuwa muhimu.

Sisi sote mara nyingi ni mashahidi au wahusika wakuu wa matukio sawa; mwanzoni tunashangaa kidogo, lakini kisha tunaamua kuwa bado ni kesi, ingawa ni ya kushangaza, na tunahifadhi kila kitu kwenye kona fulani ya akili zetu.

Kwa kweli, "tukio la kushangaza" sio kila wakati linalingana na "nasibu ya kawaida". Hili linadhihirishwa na ukweli kwamba baadhi ya matukio ya bahati mbaya huzalisha matatizo katika akili zetu ambayo hubakia bila kutatuliwa maishani, na mara kwa mara hujitokeza tena, na kuchochea udadisi wetu pamoja na hisia zisizo wazi za siri. Tunashuku mawasiliano ambayo hatujapokea, dalili au pendekezo muhimu ambalo hatukuweza kufahamu.

Kulingana na mwanasaikolojia mashuhuri Carl Gustav Jung, ambaye alisoma jambo hili kwa muda mrefu na kufafanua nadharia nyingi zilizoelezewa baadaye katika kitabu hiki, bahati mbaya mara nyingi husababishwa na bahati nasibu, lakini wakati mwingine sio maana. Jung alidhania kuwepo kwa matukio ambayo yanaweza kuchukuliwa kuwa muhimu au hata "kufunikwa na utakatifu", na akaunda jina la "usawazishaji" kwao.

Jung alikuwa na sifa ya kuwa wa kwanza kusoma, kisayansi, uzushi wa matukio ya ajabu ambayo hakuna mtu anayeweza kukataa kuwepo kwake, pia kutoa zana zinazofaa za kuelewa wakati bahati mbaya inaweza kuchukuliwa kuwa muhimu, au "numinous", hivyo kuwa maelewano .

Kwa kawaida, haitoshi kutofautisha kati ya matukio yasiyo na maana na matukio ya "synchronistic". Tunaweza kuthibitisha kwamba sadfa zisizo na maana ni sehemu ya maisha ya kila siku na hutokana na mwingiliano na ufumaji wa shughuli zetu na zile za ulimwengu unaotuzunguka: tabia zao ni kwamba tunazichukulia kuwa za kawaida na hazituhusisishi.

Sadfa kubwa, kwa upande mwingine, fungua dirisha kubwa kwenye panorama ya siri na ututambulishe kwa walimwengu ambao hatujawahi hata kushuku kuwepo. Nyuma ya kila usawaziko kuna ulimwengu mzima usiojulikana wa kuchunguza, na maarifa mengi yanayoweza kufikiwa. Kwa bahati mbaya, hatuna macho ya kufafanua panorama hizi wala hatujui lugha ambayo maingiliano hujaribu kuwasiliana nasi. Kuna masuala ya upatanishi kati ya akili zetu na akili ambayo hutupangia usawazishaji.

Sanamu ndogo ikiruka kutoka dirishani.

Remigia, sacristan wa zamani wa kanisa la Santi Archangeli, kwa mara nyingine tena alimwona msichana ambaye, kama ilivyotokea mara nyingi, baada ya kuingia, alipiga magoti kwenye kiti cha mwisho, wakati ambapo hapakuwa na shughuli za kidini. Sikuzote alimwona akipenda sana sala, na pia aliona hali yake ya huzuni. Hata hivyo, siku hiyo alifikiri pia aliona machozi yakimeta, hivyo Remigia, akiguswa na fadhili zake za asili lakini pia na udadisi fulani, akamngoja ainuke. Mwanamke huyo alipoondoka Remigia alimsogelea akijaribu kuanza mazungumzo naye, ili kujua sababu ya usumbufu wake. Kupitia kubadilishana mawazo na maoni ya ukarimu, alikusanya siri zake: msichana, ambaye jina lake lilikuwa Sabrina, hakuwa mchanga sana na angependa kupata mchumba na kuanzisha familia. Remigia alimfariji na kumshauri kadri awezavyo wakati huo, akikumbuka kwamba miongoni mwa majukumu yake kama sacristan pia kulikuwa na lile la kushughulika na uuzaji wa zawadi, alifikiria vyema hatimaye kuondoa sanamu ndogo ya San Raffaele, mojawapo ya wale watatu. Malaika wakuu, ambao hawajauzwa nyuma ya glasi kwa miaka kadhaa.

"Ona Sabrina - alisema, akimwongoza kuelekea kwenye kesi - ningependekeza kwamba usali kila siku kwa San Raffaele, ambaye ndiye mlinzi wa wanandoa waliochumbiwa na anapendelea muungano wa ndoa. Je, unaona sanamu hii, ambayo ni nakala ya nakala halisi ya fedha iliyohifadhiwa Naples? Inaonyesha Malaika Mkuu Raphael akiwa na kijana na samaki kando yake. Kijana huyo aliitwa Tobias, na alikuwa amesafiri kwenda kumwoa msichana aitwaye Sara.

Kwa bahati mbaya, Sara alikuwa na pepo Asmodeus, kwa hivyo kila wakati alipoolewa, mumewe alikufa usiku wa harusi, na hii ilikuwa tayari mara saba. Kijana wetu, hata hivyo, hakujua kwamba angekuwa wa nane. Wakati wa safari Tobias alifuatana na Malaika Mkuu Raphael. Katika kituo kimoja alikaribia ukingo wa mto, ambapo alishambuliwa na samaki mkubwa. Raffaele alimsaidia kumuua na kumwambia atoe ini lake na kulihifadhi kwa sababu litamletea bahati nzuri.

Tobias alifika alikoenda na kujiandaa kusherehekea harusi. Wakati huo huo, baba mkwe wake alikuwa tayari kuandaa kaburi kwa ajili yake pia. Lakini wakati huu shimo halikuwa na manufaa. Kwa ulinzi wa Raffaele, wawili hao walitumia usiku wa kwanza katika sala. Wakati huohuo walichoma ini la samaki ambalo Tobiti alikuwa amevua mtoni kwenye kamari. Kwa njia hii wale vijana wawili walimshinda shetani. Sara aliachiliwa na waliishi kwa furaha kwa muda mrefu.

Wewe pia unaweza kumtegemea Raffaele. Weka sanamu hii nyumbani, na usome sala nitakayokupa kila siku: utaona kwamba Malaika Mkuu atakuja kukusaidia hivi karibuni.

Hebu fikiria kwamba hata katika nyakati zetu huko Naples mnamo Septemba 29 wasichana wengi huenda kutembelea sanamu ili kupata mume mzuri.

Sabina alikubali, akanunua sanamu hiyo, akaiweka juu ya kabati ndani ya nyumba hiyo na akasoma sala yake kila siku. Wiki moja, mwezi mmoja, miezi mitatu...

Hadi, mwezi wa nne, katika wakati wa kukata tamaa fulani, alichukua sanamu ndogo na kuitazama kwa dharau akinung'unika "Nini San Raffaele! Hata yeye hajanisaidia!" Kwa kusema hivyo, akaitupa sanamu hiyo ndogo nje ya dirisha.

Baada ya dakika chache akasikia kengele ya mlango ikilia. Alifungua mlango na kumwona bwana mmoja ambaye, kwa aibu fulani, alisema:

"Samahani, niliona sanamu hii ikianguka kutoka dirishani, nadhani ilitoka kwenye ghorofa hii, kwa hivyo nilidhani ningeirudisha."

Sabina kwa mshangao akamfanya aketi, akampa kahawa, wakaongea hili na lile na Sabrina akagundua kuwa bwana yule mkarimu anaitwa Giulio na alikuwa mseja. Waliamua kuonana tena, kisha mara nyingi walitoka pamoja, na mwishowe wakafunga ndoa.

Usawazishaji wa kiakili" wa Carl Jung..

Katika kesi ya Sabrina, bahati mbaya, au tuseme, mfululizo wa sadfa, huanza wapi? Ni lini Sabrina anaamua kwenda kwenye kanisa la Malaika Watakatifu kila siku? Je, Remigia, kwa udadisi, anapomfanya Sabrina amwambie matatizo yake? Au wakati sanamu ndogo ilikuwa haijauzwa kwa miaka? Au wakati Giulio anapita chini ya dirisha wakati Sabrina anatupa sanamu hiyo nje?

Tunashughulika na ukweli mwingi, ambao haujaunganishwa na kila mmoja na badala yake umepunguzwa kwa wakati, lakini tukizizingatia zote kwa pamoja zinapata maana, ambayo ni, zinakuwa muhimu: zikichukuliwa kwa ujumla zinaunda usawazishaji.

"Muhimu" ni neno la kurejelea kitu kinachoashiria au kuelezea maana. Ukweli ni muhimu wakati unawakilisha "ishara", "dokezo" la kitu. Ukweli muhimu ni ufasaha, wa kushangaza, unaofaa.

"Numinous" badala yake ina maana: "kuzungukwa na aura ya utakatifu." Inawakilisha kitu kinachohamasisha wote hofu na heshima.

Kwa upande wetu, ni wazi, utakatifu hautokani na hali ambayo tunazungumza juu ya sanamu ya mtakatifu, lakini ina maana pana, ambayo ni, inaashiria ukweli kwamba unastahili heshima fulani na uwezo wa kushawishi hofu ya kiroho.

Vipindi viwili ambavyo nimewasilisha, kile cha Giovanna na kile cha Sabrina, vyote vinaweza kuchukuliwa kuwa vipindi vya upatanishi, kwa sababu sifa zake zinalingana na zile zilizoonyeshwa na Jung ili kubaini ikiwa kipindi kinalingana au la. Kulingana na Jung, sifa za usawazishaji ni tatu.

Kipengele cha kwanza ni kwamba mambo mawili au zaidi yanayounda usawazishaji hayaunganishwa na uhusiano wa sababu na athari. Katika mfano ambao tumeuona hivi punde, ni dhahiri kwamba simu iliyopokelewa kutoka kwa Ciottolo haikutokana na ugunduzi wa Giovanna wa picha hiyo, kama vile Sabrina alitupa sanamu hiyo na kifungu chini ya dirisha la Giulio sio matokeo ya nyingine.

Kipengele cha pili ni kwamba ukweli unaambatana na majibu ya kihisia ya wale wanaohusika. Katika kisa cha kwanza, Giovanna anashangaa juu ya kile anachopata vigumu kufafanua kwa urahisi. kesi ya pili Sabrina anahusika sana hivi kwamba anapata kuolewa na Giulio.

Sifa ya tatu ni hali ya kiishara ya ukweli, ambayo inafanya kuwa vigumu kuelewa; lakini hata pale mtu anaposhindwa kuelewa ni kwa nini yalitokea, mtu huhisi kwamba yanaficha maana fulani ambayo ingehitaji kufasiriwa. Kama vile Jung angetaka, ukweli huu una tabia ya "numinous, sacral"..

Kupoteza fahamu kwa pamoja na archetypes.

Ili kuelewa kikamilifu dhana ya ulinganifu ni lazima tuzame katika nadharia za Jung kwa kuanzisha hoja ambayo bila hiyo asili au utendaji wao haungeeleweka. Jung ananadharia dhana, au chombo, kipya kabisa katika mageuzi ya mawazo ya binadamu, na kuiita "collective subconscious". Katika masomo yake Jung anakisia kwamba psyche ya binadamu inaweza kufikiriwa kuwa tofauti katika viwango vitatu.

Kiwango cha fahamu, au fahamu

Ya kwanza ni kiwango cha fahamu, au fahamu. Kila kitu kinachojulikana kwetu kuhusu sisi wenyewe na mazingira yanayotuzunguka iko hapa. Carl Jung anaandika:

> "... Nadharia yangu, kwa hiyo, ni hii ifuatayo: pamoja na ufahamu wetu wa mara moja, ambao ni wa asili ya kibinafsi kabisa, hata ikiwa tunaongeza fahamu ya kibinafsi kama kiambatisho, kuna mfumo wa pili wa

kisaikolojia wa pamoja, wa ulimwengu wote na usio na utu. asili, ambayo ni sawa kwa watu wote. Kupoteza fahamu kwa pamoja hakuendelei kibinafsi, lakini ni kurithi. Inajumuisha aina za awali, archetypes, ambazo zinaweza tu kuwa na fahamu wakati wa baadaye."

"The collective unconscious is a part of the psyche. It can be distinguished from the personal unconscious by the fact that it does not owe its existence to personal experience and therefore is not a personal acquisition.

The Individual unconscious is essentially made up of contents that were present in the consciousness, but then disappeared because they were forgotten or removed.

Instead, the contents of the collective unconscious have never been present in consciousness and therefore have never been acquired individually, but owe their existence exclusively to inheritance.

The individual unconscious consists mainly of complexes. Instead, the content of the collective unconscious is essentially formed by archetypes.

My thesis, therefore, is the following. There is a first psychic system, which includes our individual consciousness. It also includes the personal unconscious. Beyond this, there is a second psychic system of a collective and universal nature, which does not refer to the individual sphere but is identical in all individuals.

This "collective unconscious" does not develop in individuals, but is inherited. The collective unconscious consists of "pre-existing forms", the archetypes. "

Kwa hivyo, kulingana na Jung, kuna kiwango cha fahamu kilichowekwa nje ya akili yetu, sio tu kwa ubongo wetu lakini kutengwa na utu wetu na huru ya utu wetu. Ni kiwango cha kiakili ambacho hakiwezi kupatikana popote. Sio "kitu" chenye urefu, upana, kimo na uzito ambacho kinaweza kuchukuliwa kutoka hapa na kuhamishiwa huko. Kwa urahisi, subconscious ya pamoja ni, ipo, kwa njia sawa na nafsi yetu au umri wa mti au mtiririko wa maji katika mto. Hakuna mtu anayeweza kuona au kupima wazo la umri wa mti au mtiririko wa mto, lakini ni jambo lisilopingika kuwa wapo.

Ufahamu wa pamoja ni ukweli wa kiakili kabisa ambao una uzoefu wa wanadamu wote na ambao wanadamu wote wanaweza kuchora. Uzoefu wote wa ubinadamu upo katika fahamu ndogo ya pamoja katika mfumo wa archetypes. Leo tungesema kwamba taarifa zote zinazohusiana na wanadamu zimehifadhiwa katika mfumo wa faili zinazoitwa archetypes.

Kwa kuwa wanadamu wote wanaweza kuingiliana na archetypes ya fahamu ya pamoja, inafuata kwamba tuna ujuzi mwingi ambao hatujapata uzoefu.

Ninapoandika maneno haya, kuna kikagua kamusi na sarufi iliyojengwa kwenye mfumo wangu wa uandishi kwenye kompyuta yangu. Ninapuuza uwepo wa mfumo huu, hadi ninafanya makosa ya kuandika. Ninapofanya makosa, mfumo huniarifu. Mara chache za kwanza nilisimama nikitazama maneno madogo yaliyopigiwa mstari kwa nyekundu na programu ya "Neno", na sikuelewa kwa nini. Kidogo kidogo niliizoea na nikagundua kuwa mstari mwekundu unaonyesha kosa, hata ikiwa hauelezei ni kosa gani. Ingependeza ikiwa maamrisho mazuri zaidi ya maandishi yangu yataonekana yakiwa yamepigwa mstari kwa rangi ya samawati, kuashiria kuridhika kwa sehemu fulani ya ajabu ya programu. Labda bado nisingeelewa, kwa sababu kompyuta inajielczea kwa fomu ambazo hazieleweki mara moja.

Usawazishaji ni kitu kama hiki. Hizi ni ishara ambazo hutujia kutoka kwa kikagua sarufi iliyowekwa ambaye anajua wapi, iliyotawanywa katika wingu kubwa, ambayo tunapokea kwa lugha ambayo ni ngumu kufafanua. Wakati fulani archetypes huteleza kutoka kwa fahamu ndogo ya pamoja na kuja kuathiri fahamu zetu. Hii inazalisha vipindi ambavyo ni vigumu kuelewa. Tunafahamu uwepo wa maana iliyofichwa, lakini hatuelewi kwa usahihi maana ya ujumbe.

Wazo ambalo ni la zamani kama mwanadamu.

Jung alikuwa na faida ya kufichua nadharia yake juu ya fahamu ya pamoja kulingana na vigezo vya ukali wa kisayansi, lakini wazo hilo sio geni. Tangu alfajiri ya ubinadamu na tangu udhihirisho wa kwanza wa mawazo ya mwanadamu ambayo tunaweza kujua leo, imani katika kiwango cha juu cha kiakili ni dhahiri, ulimwengu wa "mawazo" ambao umetenganishwa na ukweli wa nyenzo lakini kwa kawaida hutawala.

Wakati wowote uungu unapotambuliwa katika vitu vya asili, kama vile jua au mwezi, wosia umekuwa ukihusishwa na kitu hicho. Jua huchomoza na kutua kila siku ili kutoa uhai kwa dunia, lakini lina dhamira ambayo lingeweza pia kuamua kutofanya hivyo: kwa hiyo hitaji la kuliheshimu, kuliheshimu, na kisha kuandaa ibada na kutoa dhabihu. ili kuifurahisha.

Imani za dini za uhuishaji za Paleolithic na Neolithic zilibadilishwa hivi karibuni, katika kipindi cha zamani cha Ugiriki ya kale, kuwa dhana iliyosafishwa zaidi, ile ya Nafsi ya ulimwengu (inayojulikana pia, kwa Kilatini, kama Anima Mundi). Hili ni neno la kifalsafa linalotumiwa na Wanaplatoni kuonyesha uhai wa asili katika ukamilifu wake, yaani, kuchukuliwa kuwa sawa na kiumbe hai kimoja. Wakati huo huo, hata hivyo, nafsi ya ulimwengu inahusiana kwa karibu na nafsi ya kila mmoja; kwa hiyo, inadokeza ulimwengu ambamo vyote ni moja. Walakini, katika ulimwengu huu wa kipekee utu wote umehifadhiwa.

Kwa ushirikiano na Wolfgang Pauli (tuzo ya Nobel ya fizikia) Jung alichunguza uwezekano kwamba dhana za Archetype na Synchronicity zinaweza kuhusishwa na ukweli ambao alifafanua kama "Unus mundus", ambayo kila kitu kinatokea na ambayo kila kitu kinarudi; kwa usahihi, sawa ni dhana ya Anima mundi inayotoka kwa monism ya Plato na kupanuliwa na Neo-Platonists.

Falsafa na dini zimejitengenezea kwa wingi dhana ya Nafsi ya ulimwengu, ambayo leo tunaipata ikiwa na majina tofauti katika falsafa ya Mashariki (Tao ya utamaduni wa Kichina, au Ātman wa utamaduni wa Kihindi) na katika dini ya Magharibi (Mungu, Roho Mtakatifu). Pia kuna njia nyingi zisizo za kidini za kurejelea ukweli huu: Akili ya Ulimwengu, Ufahamu wa Ulimwenguni, Roho ya Ulimwengu. Tukizungumza juu ya ufahamu wa pamoja, tunaona kuwa kuna mlinganisho wenye nguvu na vyombo hivi vyote.

Aina za archetypes.

Ufahamu mdogo wa pamoja huibua mfanano mwingi kwa dhana zilizokuzwa katika kipindi cha mageuzi ya kitamaduni ya binadamu. Dhana nyingine inayohusishwa na fahamu ya pamoja ya Jungian, ile ya archetypes, pia huendeleza analogi nyingi. Archetypes ni kategoria za dhahania ambazo zimechukuliwa kwa miundo ya kizamani kama ile ya kawaida ya hadithi na dini, lakini pia kwa wahusika wa hadithi za kitamaduni maarufu. Kwa kweli, Jung mwenyewe hadai kuwa amependekeza kitu kipya, lakini anakubali kwamba archetypes zake zinaweza kuzingatiwa sawa na motif kuu za hadithi za kila enzi ya kihistoria na kila jamii ya wanadamu.

Kwa hiyo, archetypes inaweza kuwa na usio, kama vile uwezo wa mawazo ya binadamu kuzalisha hali halisi au ya ajabu ni usio; kutoka kwa archetype ya kifo hadi ile ya hofu hadi ile ya ukatili hadi ile ya huruma, kisha kupitia maono yote yanayotokana na ndoto zetu, ambapo takwimu zinakuwa ishara na kwa hivyo aina za archetypes, kama vile farasi, buibui, kuruka ndani. utupu au mbwa mwitu anatukimbiza.

Takwimu yoyote ambayo akili yetu inaweza kufikiria iko kama archetype katika subconscious ya pamoja, na maana ambayo hailingani na takwimu yenyewe kwa ukweli, lakini ina thamani ya mfano. Kwa mfano, farasi ni ishara ya tamaa ya kusafiri kwenye ulimwengu wa kiroho.

Plato mwenyewe anaamini kwamba archetypes ni kitu tunachochota bila kuwa na uzoefu wa moja kwa moja wao, lakini anahusisha hii na ukweli kwamba, kulingana na yeye, tayari tumeziona kabla ya kuzaliwa. Ili kuunga mkono nadharia hii anakimbilia fundisho la ukumbusho. Nafsi yetu, kabla ya kushuka ndani ya mwili, iliishi katika Ulimwengu wa Mawazo ambapo ilipata ujuzi wake; ikishashuka ndani ya mwili roho huhifadhi maarifa haya. Kwa hiyo Plato anasema "Kujua ni kukumbuka" kama tungekuwa na ujuzi wa kuzaliwa.

Ufahamu wa pamoja wa Jung ni mahali ambapo maoni (archetypes) hayaonekani na kupatikana kwa roho zetu kabla ya kuzaliwa, lakini huonekana na kutenda katika fahamu zetu za kibinafsi katika maisha yetu yote. Wakati mwingine tunazingatia archetypes kama dhana ya jumla na ya kufikirika. Jung hakuwachukulia kama hivyo, kwa sababu udhahiri hauna fomu. Yeye, kwa upande mwingine, aliwaamini kuwa wanaweza kuchukua fomu ili kujidhihirisha. Kwa kuwa wana uwezo wa kuchukua fomu na kujidhihirisha katika ufahamu wetu, archetypes ni vyanzo vya nishati ya akili, tayari kupakua uwezo wao juu yetu kupitia ndoto, bahati mbaya, maonyesho au intuitions. Matukio haya yote huunda msingi wa vipindi vya synchronistic.

Tofauti kati ya dhana ya Plato, kulingana na ambayo mawazo yanajulikana na roho kabla ya kushuka ndani ya mwili, na Jung, kulingana na ambayo archetypes huingiliana na ufahamu wa mtu binafsi wakati wa maisha, inaonekana zaidi wakati mtu anazingatia kwamba hatua ya archetypes hufanyika. hasa wakati wa dhiki, mgogoro na mabadiliko.

Kwa kweli, sehemu ya fahamu ya mwanadamu, yenye busara zaidi na yenye mwelekeo wa kukubali maelewano na ukweli wa maisha, iko kwenye mapambano ya mara kwa mara na ufahamu mdogo, wa silika zaidi na wa kufikiria, ambao mara nyingi ungependa kujihusisha na tabia zisizofikiriwa vizuri.

Kama matokeo, fahamu husimama na kudumisha kizuizi thabiti ili kuzuia ufanisi wa fahamu. Hili sio jambo zuri kila wakati na haifanyi kazi kila wakati. Kuna nyakati ambapo kizuizi hutetemeka au kuanguka.

Hizi ni nyakati za shida zinazowezekana, kama vile kupoteza kazi, mwisho wa uhusiano, au kutoweka kwa mpendwa. Katika hali hizi, dhamiri nzuri ya mtu hufadhaika, haelewi kinachotokea, anashangaa juu ya usahihi wa imani yake mwenyewe na anajiuliza ni wapi angeweza kwenda vibaya. Urazini wa kawaida hugongana na ukweli ambao hakufikiria kuwa mbichi na chungu. Katika hali hizi ulinzi hupunguzwa, kizuizi hukoma kuwa kisichoweza kushindwa na nyenzo za kiakili hutiririka kutoka kwa fahamu ndogo ambayo inaweza kuchukua fomu ya usawazishaji.

Kwa hivyo, yenyewe, usawazishaji kila wakati huambatana na hitaji la mabadiliko, au kuitangaza, au kuipendekeza, lakini mara nyingi hufanya hivyo kwa njia ya ishara, na lugha ambayo ni ngumu sana kuifafanua.

Miongoni mwa mifano ambayo hati za Jung, maarufu zaidi labda ni ile iliyotokea wakati wa matibabu ya mmoja wa wagonjwa wake. Katika insha yake "Synchronicity as a principle of acausal nexus" iliyochapishwa mwaka wa 1952 Jung anaelezea tukio hilo kama ifuatavyo:

> "Mwanamke mchanga, mgonjwa wangu, alikuwa na ndoto wakati wa kuamua katika matibabu yake. Katika ndoto, alipokea scarab ya dhahabu kama zawadi. Wakati ananiambia ndoto hii, nilikaa na mgongo wangu kwenye dirisha lililofungwa. Mara nikasikia kelele nyuma yangu, kana kwamba kuna kitu kinagonga chini kwenye dirisha. Niligeuka na kuona mdudu mwenye mabawa akigonga dirisha kutoka nje. Nilifungua dirisha na kukamata mdudu. Ilikuwa mlinganisho wa karibu zaidi wa mende wa dhahabu ambao ninaweza kupata katika latitudo zetu, yaani, mende, Cetonia aurata, mende wa kawaida wa waridi, ambayo kwa hakika wakati huo ilihisi kulazimishwa kupenya, kinyume na tabia zake, kwenye chumba chenye giza. Lazima niongeze kwamba kesi kama hiyo haijawahi kunitokea kabla au tangu hapo; hata ndoto hiyo ya mgonjwa ilibaki kuwa ukweli wa kipekee katika uzoefu wangu.

"One patient had a dream at a decisive moment in the therapy. In the dream the young woman received a gold beetle as a gift. While she was telling me this dream, I was sitting with my back to the closed window.

Suddenly I heard a noise behind me, as if something was knocking softly against the window.

I turned and saw a winged insect that, from outside, bumped against the window. I opened the window and caught the insect. It was very similar to a gold beetle, that is, to a "Cetonia aurata", the beetle of roses.

Evidently, the insect had felt impelled, at that very moment, to enter our dark room. This, contrary to his habits.

I must add that such a case had never happened to me before and it never happened to me afterwards; That dream of the patient remained a unique fact in my experience. "

Jung kisha anatoa maoni kwamba mwanamke huyo alikuwa mgonjwa mgumu sana, ambaye hadi siku hiyo alikuwa hajapiga hatua moja mbele. Alikuwa mwanamke mwenye busara sana katika imani yake, na tukio lisilo na maana lingekuwa muhimu kumtikisa, lakini ambalo Jung hakuweza kuzalisha. Ndoto ya mende ilikuwa imemvutia mwanamke huyo na tayari imeanza kula ndani ya ulinzi wake wa ndani. Walakini, wakati Cetonia Aurata aliingia kupitia dirishani:

> "asili yake ya asili iliweza kuvunja silaha na pia mchakato wa mabadiliko unaoambatana na tiba uliweza kwenda kwa mara ya kwanza".
>
> *"Its natural essence succeeded in breaking the armor and the process of transformation that must always accompany a therapy, began to take off".*

Katika muendelezo Jung anaelezea tukio hilo kwa maneno ya matibabu ya kisaikolojia na anaelezea jinsi kipindi kilivyothibitika kuwa na ufanisi kwa ajili ya kupona kwa mgonjwa. Anasema kwa usahihi kwamba mende ni ishara ya kawaida ya kuzaliwa upya. Kulingana na maelezo katika kitabu cha kale cha Misri Am-Tuat, Mungu wa Jua, katika safari yake baada ya kifo, katika kituo cha kumi anajigeuza kuwa mende na kwa namna hii anapanda hadi kituo cha kumi na mbili, katika mashua inayombeba. upya, katika anga ya mapambazuko ili kuzaliwa upya hadi siku mpya.

Jinsi "matukio ya usawazishaji" yanatokea.

Usawazishaji hutokea ghafla, katika maisha ya mtu, wakati psyche yao mgonjwa anaona mlinganisho kati ya mahitaji yao na archetypes wanaweza kupata kupitia fahamu zao. Kwa kweli, archetypes kuna hamu ya kushirikiana katika ustawi wa mtu binafsi. Nadharia zingine zinasema kwamba archetypes zina uwezo wa kuingilia kati kwa uhuru katika kesi ya mateso yaliyopo.

Tofauti ni kubwa. Katika kesi ya kwanza tunadhani chombo cha kiakili ambacho tunaweza kuchora habari ambayo imekuwa ikihifadhiwa kila wakati na inapatikana kutumika. Katika kisa cha pili, hata hivyo, kuwepo kwa Ujasusi wa hali ya juu wenye uwezo wa kujua mahitaji ya watu binafsi na wenye uwezo wa kuingilia kati kwa uhuru kuwasaidia ni prefigured.

Katika hali nyingi, nadharia ya pili inaonekana kuwa inayowezekana zaidi. Kuchambua visa mbalimbali vya upatanishi, sote tungeongozwa kutambua mwelekeo, au hata uwepo wa Roho wa ulimwengu wote, hasa Nafsi ya ulimwengu, inayoweza kujifanya iwepo na kufanya kazi kwa kupendelea viumbe vyote, bila mipaka ya nafasi na wakati.

Kwa njia hii ulimwengu unakuwa ni kitu kilichounganishwa, kilichounganishwa (kilichonaswa) katika kila sehemu yake, ili kuunda kitu kimoja na zima. Mwanadamu, hata katika utu wake, ambayo ni katika ego yake, inakuwa molekuli, sehemu ya kiumbe kikubwa zaidi, Cosmos yenye akili, ambayo inamlinda na kumwongoza kupitia vipindi vya synchronistic.

Jung aliita ukweli huu wa kuunganisha wa jambo na akili "psychoid." Ni kiwango ambacho kiko juu ya jambo na psyche, lakini inajumuisha zote mbili.

Kwa kuongezea, kama tulivyoona katika mifano iliyotangulia, ufahamu wa pamoja haufanani kabisa na ghala la ajizi, lakini inaonekana kuwa na akili iliyopanuliwa hadi zamani na siku zijazo, ambayo haiwezi kuelezewa kulingana na aina zetu za mawazo. Tumeuzoea ulimwengu ambao mambo hutokea moja baada ya jingine, na kila tukio ni matokeo ya tukio lililotangulia na sababu ya lingine linalofuata.

Katika kiwango cha pamoja cha kupoteza fahamu, taarifa pia huteremka kuelekea kwenye dhamiri kwa mpangilio uliogeuzwa, kama vile wakati maonyo yanapotuonya kuhusu jambo kabla halijatokea. Wakati mwingine "simu ya telepathic" inatuambia hatari ya sasa ya mpendwa ambaye yuko mamia ya maili. Hii inafanyika wakati ambapo hatari inatokea.

Kuna maelfu ya shuhuda za watu wanaoamka na kuanza katikati ya usiku, kama mawindo ya ndoto mbaya, wakati mpendwa anashambuliwa au kuhusika katika ajali. Pia kuna shuhuda nyingi za ufahamu wa kifo cha mtu wa mbali, jinsi inavyotokea.

Tunaweza kufupisha sifa za kawaida za jambo la kisawazisha katika taarifa chache zifuatazo.

Usawazishaji ni tokeo (jumla) ya mambo makuu mawili au zaidi yasiyohusiana, ambayo hupata maana kwa mtu anayepokea ulinganifu pekee.

Kwa upande mmoja, mahali popote ulimwenguni na wakati wowote ambao unaweza kuunganishwa kwa njia ya mfano, mtu hupokea picha isiyo na fahamu kwa namna ya ndoto, utabiri, simu ya telepathic, wazo la ghafla, picha ya moja kwa moja au ya mfano.

Mahali pengine popote ulimwenguni na katika wakati ambao unaweza kuunganishwa kwa njia ya mfano, tukio au ukweli unalingana na picha isiyo na fahamu.

Hatima au "usawazishaji"?

Mwandishi wa Marekani Louis L'Amour, (jina bandia la Louis Dearborn LaMoore) anasimulia kwenye tovuti yake hadithi ya ajabu ya Bi. Sarah Richley, mama wa nyumbani mtulivu ambaye mtoto wake Peter alisitawisha shauku kubwa sana ya bahari. Mara moja mtu mzima Peter, licha ya maoni tofauti na wasiwasi wa mama yake, aliamua kuanza na kutumia maisha yake katika kipengele alichopenda sana. Kwa uzembe na ugumu wa wale waliokuwa wakisafiri kwa njia ya bahari kudumisha mawasiliano na bara, mama na mwana walipoteza mawasiliano.

Huu ni utangulizi, baada ya hapo hadithi inajitokeza kwa vitendo viwili.

Katika ya kwanza, tayari ya kushangaza ya kutosha peke yake, tutarudia adventure iliyopatikana na Petro kwenye moja ya safari zake, mwaka wa 1829. Haya ni matukio ya kweli, yaliyoripotiwa kwa bidii katika rejista za majini na kusimuliwa katika juzuu ya saba ya Encyclopedia Great of Bahari iliyochapishwa nchini Italia na Armando Curcio na kuongozwa na mtengenezaji wa maandishi maarufu Folco Quilici.

Hadithi ya Ajabu ya Sarah Richley, Sheria ya I

Mnamo Oktoba 1829 merikebu wa Australia Mermaid alisafiri kwa meli kutoka Sydney hadi Collier Bay magharibi mwa Australia. Meli hiyo, chini ya uongozi wa Samuel Nolbrow, ilikuwa na wafanyakazi 18, akiwemo Peter Richley, na ilibeba abiria watatu. Katika siku ya nne ya urambazaji, wakati mashua ilikuwa kwenye Mlango hatari sana wa Torres, kati ya Australia na New Guinea, jambo lisiloweza kurekebishwa lilitokea.

Benki za wingu za kutisha zilikaribia. Upepo ukashuka na meli ikasimama. Katikati ya usiku dhoruba kali ilitokea. Meli hiyo ilirushwa mara kwa mara kwenye mwamba wa matumbawe na kuvunjika licha ya jitihada za kukata tamaa za wafanyakazi. Wanaume 21 waliacha ajali hiyo na kuruka baharini na kuogelea hadi walifika kwenye mwamba. Nahodha, ambaye alifika mwisho, aligundua kuwa wote 21 walikuwa salama.

Walikaa siku tatu mchana na usiku juu ya mwamba, hadi brig Swiftsure ambayo ilitokea katika eneo hilo akawaona na kuwachukua, kisha kuendelea na njia yake. Baada ya siku tano, hata hivyo, Swiftsure pia ilikimbia kwenye mkondo wa msukosuko na ikaanguka.

Wakaaji wote waliacha meli haraka. Kwa mara nyingine tena kila mtu aliokolewa kwa sababu Gavana wa schooner Ready hivi karibuni alijikuta akipita, na wafanyakazi 32, ambao walichukua na kuwakaribisha manusura wa meli mbili zilizozama hapo awali kwenye bodi.

Kwa kusikitisha, matukio mabaya bado hayajaisha. Schooneer ilianza tena safari yake, hata ikiwa imelemewa na watu wengi sana kwenye meli. Baada ya masaa machache, mtu aliwasha moto bila uangalifu, ambao uligeuka kuwa moto wa porini. Kwa bahati mbaya haikuwezekana kuuzima moto huo na wafanyakazi wote wa Mermaid, Swiftsure na Governor Ready walilazimika kujisogeza kwenye boti za kuokoa maisha.

Walakini, hata wakati huu walionusurika, ambayo ni kila mtu, waliweza kushukuru bahati nzuri kwa sababu muda mfupi baadaye silhouette ya mkataji wa Australia Comet ilionekana kwenye upeo wa macho.

Kwa sadfa ya pekee dhoruba ilimsukuma Comet kuondoka kwenye mkondo, hivi kwamba, kwa bahati, aliona boti za kuokoa maisha za wahasiriwa.

Wakati mabaharia wa Comet walipojua kwamba watu hao walikuwa wahasiriwa wa ajali tatu za meli walianza kujuta kuwaokoa, lakini kwa sasa walikuwa wamepanda. Hata hivyo, hali ya mvutano mkubwa ilizuka ikichochewa na shaka kwamba hatima mbaya ilifuatana na watu hao, na maafa mengine yanaweza kujirudia. Hawakuwa na makosa. Baada ya siku tano baharini, Comet pia ilivunjika. Wakati huu hapakuwa na boti za kuokoa maisha kwa kila mtu, kwa hivyo wengi walilazimika kubaki ndani ya maji wakishikilia mabaki ya meli iliyozama. Walilazimika kushikilia kwa siku 18, kabla ya kuokolewa na meli ya Shirika la Posta la Australia, Jupiter.

Ajabu, baada ya si chini ya ajali nne za meli hapakuwa na wahasiriwa kati yao: kwa kweli, hakuna mtu hata aliyejeruhiwa isipokuwa kwa mshtuko mdogo unaoonekana katika hali kama hizo.

Katika yote hayo Peter Richley labda alikuwa ametuliza tamaa yake ya kusafiri kwa meli. Ilionekana kuwa kila kitu kilikuwa kimekwisha, lakini ... haikuwa hivyo. Baada ya muda, stima ya Jupita nayo iligonga mwamba na kuzama.

Kwa bahati nzuri, si mbali na ajali hii ya mwisho ya meli ilikuwa njiani meli ya abiria ya Jiji la Leeds ambayo kwa mara nyingine iliwaokoa maveterani wote kutoka kwa ajali tano za meli, na hatimaye kuwaleta salama hadi Sydney ambapo wangeweza kushuka na kuelezea adventure yao.

Msimulizi, akihitimisha hadithi yake katika Encyclopedia of the sea, anatoa maoni kama ifuatavyo:

"Bahati mbaya tu? Labda.. Hata hivyo, kuna matukio ambapo inaonekana kwamba chombo chenye giza hudhibiti matukio. Chombo hiki huelekeza matukio kwa makusudi kuelekea kwenye miisho ambayo huonekana kuwa ya kibinadamu kabisa..."

Hapa ndipo inamalizia usimulizi ambao tumeufafanua kuwa tendo la kwanza.

Kwa Peter Richley, hata hivyo, simulizi hilo halijaisha kwa sababu baharia wetu, kabla ya kushuka, akiwa bado ndani ya meli ya mwisho, alijikuta akihusika katika tendo la pili ambalo, ikiwezekana, ni la ajabu zaidi kuliko la kwanza.

Hadithi ya Ajabu ya Sarah Richley,
Sheria ya II

Tunachukua tena simulizi la mwandishi Louis L'Amour. Wakati huu yote yanatokea kwenye mjengo wa abiria wa 'City of Leeds'.

Meli hii, iliyotoka Uingereza na kuelekea Sydney, ilibeba abiria wa asili mbalimbali wanaopenda kufika Australia kwa sababu mbalimbali. Kwa kuzingatia usumbufu mkubwa wa kusafiri wakati huo, wasafiri walikuwa wengi vijana, au kwa hali yoyote walikuwa na nguvu na afya njema. Kwa hiyo, daktari wa meli hakupata matatizo makubwa katika kutekeleza kazi yake.

Katika kuvuka huku, hata hivyo, daktari alijikuta katika shida sana. Kwa hakika, bibi kizee aliyekuwa akisafiri peke yake wakati fulani alianguka chini ya uzito wa miaka na magonjwa, na sasa alikuwa amelazwa hospitalini katika chumba cha wagonjwa cha meli. Mara kadhaa daktari alimuuliza mwanamke:

"Lakini kwa nini wewe, mwanamke mzee, ulitaka kuchukua safari hii kutoka Uingereza hadi Australia?"

Bibi kizee alijibu kwa kurudia kusema kwamba hakuwa amesikia kutoka kwa mtoto wake kwa miaka. Alikuwa amejua hivi majuzi kwamba mwanawe alikuwa akifanya kazi yake kwenye njia za pwani ya Australia, kwa hiyo aliamua kuanza kumtafuta. Kila mara bibi kizee basi alichomoa picha kuukuu kutoka kwenye mkoba wake ili kumuonyesha daktari sura ya mwanae.

“Huyu ni mwanangu. Ingetosha kwangu kuiona kwa mara nyingine kisha nife kwa amani. Nisaidie, daktari." Daktari alikuwa mtu nyeti na alitaka kumsaidia mwanamke huyo, lakini hakujua jinsi gani.

Muda mfupi baada ya mojawapo ya mahojiano haya ya mara kwa mara, daktari alitembelea baadhi ya wahasiriwa. Akiwa bado ana picha ya mtoto wake aliyepotea machoni, alijikuta akikabiliana na baharia ambaye sifa zake zilifanana kabisa. Nywele nyeusi, paji la uso la juu, pua ya aquiline, midomo nyembamba na kidevu kilichotamkwa. Kwa uchunguzi wa juu juu kijana huyu anaweza kuchukuliwa kuwa sawa na picha. Hata umri unaweza kuendana. Wazo lilimpata: kwa nini usimtambulishe kijana huyu kwa bibi mzee, ambaye maono yake hayakuwa kamili tena, ili udanganyifu huu mzuri umruhusu kumaliza maisha yake kwa amani?

Alimweleza kijana huyo kila kitu na kumuuliza ikiwa angependa kujitolea kwa jukumu hili. Kijana huyo, hata hivyo, hakutaka kabisa kukubali kushiriki katika udanganyifu huo.

"Hata hivyo, ungemfanyia huyo mwanamke jambo jema tu", alisisitiza daktari, "ungejifanya kwa dakika chache kuwa unaitwa Peter".

Kijana alianza kutetemeka.

“Sawa, singesema uwongo hata hivyo, kwa sababu jina langu halisi ni Peter. Lakini napaswa kujua zaidi. Huyu bibi ni nani hasa?"

"Yeye ni mwanamke wa Kiingereza, Sarah Richley."

Kijana Peter aligeuka rangi na kutetemeka sana mwili wake wote, kisha akasema:

"Lakini ni mama yangu!"

Hakika alikuwa ni mama yake. Hatima (au mfululizo wa ajabu wa usawazishaji) ulikuwa na maana kwamba, kupitia si chini ya ajali tano za meli, hizo mbili zingeweza kuunganishwa tena.

Kwa wapenzi wa mwisho mwema, mwanamke huyo, kufuatia furaha ya kumpata mtoto wake, alipona na kuishi kwa miaka mingi zaidi bila kupoteza mawasiliano na Peter, ambaye aliendelea kusafiri.

Vyanzo kadhaa kwenye wavuti vinaandika hadithi hii, kwa mfano

http://tardis.wikia.com/wiki/Sarah_Richley

Mchungaji wa Kipentekoste Philip Harrelson anakumbuka hadithi hii kila mwaka katika mahubiri yake ya Siku ya Mama, kama ilivyochapishwa kwenye tovuti.

https://www.sermoncentral.com.

Wengine wanasema kwamba hadithi hiyo haitakuwa kweli, kwa sababu meli ya City of Leeds ilizinduliwa baada ya 1829, mwaka ambao matukio hayo yalifanyika. Hakika, kila bahari imejaa meli zenye jina moja. Hapa kuna baadhi ya mifano. Mbali na 'City of Leeds' kutoka kwa hadithi yetu, meli nyingine iitwayo 'City of Leeds' ilizinduliwa mwaka wa 1903, pamoja na meli dada yake 'City of Bradford'. Meli mbili zaidi za mizigo chini ya jina la 'City of Leeds' zilizinduliwa mnamo 1908 na 1944.

"synchronicities" ya Jung inatoka kwa akili ya ulimwengu wote..

Uthibitisho dhahiri kwamba usawazishaji sio udanganyifu wa psyche yetu lakini hutoka kwa Akili ya hali ya juu hupatikana tunapogundua uwepo wa vipindi vya upatanishi vinavyohusisha watu kadhaa katika ujenzi wa tukio ambalo linaathiri mmoja wao tu, kama katika mlolongo wa ajabu wa ukweli. ambayo nimeripoti hivi punde.

Lakini hiyo haitoshi. Usawazishaji hauhusu tu maisha ya watu binafsi au vikundi vidogo, lakini hatima ya pamoja ya ulimwengu. Usawazishaji huongoza jamii za watu, watu, mataifa na ulimwengu mzima kuelekea kiwango cha juu cha ufahamu. Ni safari ya mageuzi ya kitamaduni na kiroho, lengo ambalo tunaweza kufikiria tu.

Mwanasayansi Mjesuti Pierre Teillard de Chardin anazungumza juu ya Omega Point, hiyo ni kiwango cha juu cha utata na fahamu ambacho ulimwengu unaonekana kuelekea katika mageuzi yake.

Wengi wanashangaa kwa nini mwanadamu aliishi kwa mamilioni ya miaka, baada ya kuonekana kwake, katika hali ya karibu ya ukatili ya Enzi ya Mawe, na kufanya mabadiliko ya ajabu katika miaka elfu kumi na mbili iliyopita. Katika sehemu ndogo ya wakati tumetoka enzi ya chuma hadi kile tunachoweza kufafanua kama "enzi ya habari", yaani, enzi tunayoishi sasa.

Ni jambo la busara kwamba kwa mamilioni ya miaka ubinadamu haujafanya mabadiliko yoyote muhimu, ikiwa sio yale ya kazi mbali mbali za mawe, kisha kulipuka katika kilele cha mambo mapya, uvumbuzi, upatikanaji wa teknolojia mpya ambazo zimebadilisha miji kutoka kwa vikundi vya vibanda vya nyasi. kwa upana mkubwa wa majumba marefu?

Ikiwa kila kitu kilitegemea mwanadamu, tungetarajia mageuzi ya polepole, zaidi kuenea kwa wakati. Lakini hapana, maendeleo yetu yote, kutoka kwa ugunduzi wa kilimo na metali na kuendelea, yalifanyika katika 0.003% ya mwisho ya wakati wa safari yetu kupitia historia.

Ni halali kufikiria kwamba hatimaye, baada ya 99.997% ya safari yetu, "mtu" au "nishati fulani" aliamua kwamba ilikuwa wakati sahihi kwa ubinadamu "kusukumwa", kuongozwa kuelekea hatua ya juu ya kuwepo kwake.

Katika karne tatu zilizopita tumepitia kipindi cha uyakinifu mkubwa, ambapo kuwepo kwa kile kisichoweza kupimwa kwenye mizani, kupimwa na kuzalishwa tena katika maabara kulikataliwa.

Inavyoonekana, mfululizo mzima wa maingiliano ambayo yamekuwa yakiendelea katika karne iliyopita wanataka kuongoza ulimwengu kwa ufahamu kwamba ulimwengu haujumuishi suala pekee, bali ni suala na psyche. Kazi ya Jung, ushirikiano wake na Wolfgang Pauli, Tuzo la Nobel katika Fizikia, na ukuzaji wa fizikia ya quantum na ugunduzi wa jambo la msongamano ni kuleta hadithi za ulimwengu zilizotengenezwa kwa mada tu.

Sayansi mpya inakataa ulimwengu unaotawaliwa na bahati na inatabiri leap mpya ya mageuzi kwa ubinadamu, ambapo sababu za psyche, zilizokandamizwa kwa muda mrefu, zitapata nafasi yao na umuhimu wao.

Sawa, lakini... ushahidi uko wapi?

Yote ambayo yamesemwa hadi sasa yamegongana, na yanaendelea kugongana, na karibu mazingira yote ya kisayansi ambayo yanakataa, kama mazoezi, uwepo wa kitu chochote kinachofafanuliwa kama "psychic" au "kiroho", wakibishana kwamba ulimwengu wote sio mwingine isipokuwa. jambo. Dhana hii ya kimaada ya sayansi ya kisasa ilizaliwa katika karne ya kumi na nane, pamoja na ujio wa Mwangaza.

Kipindi cha kihistoria kinachoitwa "dei Enlightenment".

Mwangaza, uliozaliwa karibu 1700 huko Uingereza, ulikuwa harakati ya kifalsafa, kisiasa, kitamaduni na kijamii, ambayo hivi karibuni ilikua katika Ulaya yote na kufikia kilele chake huko Ufaransa. Jina hilo linatokana na tamaa ya wakuzaji na wafuasi wake ya kuangazia akili za wanaume wengine ambao, kwa maoni yao, nyakati hizo zilifichwa na ushirikina na ujinga. Mwangaza ulikumbatiwa na kuidhinishwa na wengi wa jamii ya kitamaduni na ya kiungwana ambayo, licha ya migogoro mikali kwa upande wa mamlaka ya kikanisa, iliishia kutawala kwa kuelekeza desturi za kijamii kwenye maadili yake.

Kuanzia kwa wanafalsafa wa kwanza na kuendelea iliaminika kuwa sababu ilikuwa njia ya kutafakari ukweli wa hali ya juu, wakati walioelimika walizingatia sababu kama nyenzo ya vitendo, ya utendaji na ya utendaji kwa maendeleo ya utamaduni na maendeleo. Kulingana na wanafikra wa Kutaalamika, mafanikio ya akili hayako tena katika uvumi wa kifalsafa, lakini katika matokeo ya vitendo ambayo yanafikiwa: sababu ni muhimu ikiwa inaweza kuelezea ukweli na mambo kwa busara, bila kutumia hoja za kimetafizikia. Katika nia ya kuwakomboa wanadamu kutokana na hofu zisizo na maana za mambo yasiyojulikana, watetezi wa Kutaalamika walishikilia kwamba kila mtu ana uwezo wa ndani wa kuelewa uhalisi unaomzunguka, lakini lazima ajikomboe kutoka kwa miundo ya kishirikina. Kulingana na nadharia ya Kutaalamika, miundo hii ya juu zaidi imewekwa na nguvu ambayo ina nia ya kuitawala jamii kwa kuwaweka watu katika ujinga.

Nia zilikuwa nzuri. Kwa bahati mbaya, mapinduzi yote yanazaliwa kwa nia njema. Kisha katika mazoezi, baada ya kuosha mtoto, mtu anatarajia kumtupa mbali na maji ya kuoga.

Tunaweza kusema kwamba wimbi la muda mrefu la Mwangaza linaendelea kuosha mwambao wa sayansi ya kisasa.

Mojawapo ya kanuni kuu za uyakinifu wa Kutaalamika ni kwamba ulimwengu ni mashine. Mashine hii inafuata sheria zinazojulikana na zinazoibuka za fizikia, na hazitumiki kwa kusudi lolote. Hakuna mwisho katika uumbaji wa jumla, na kwa hiyo pia katika kuwepo kwa mwanadamu. Mwanadamu pia ni mashine inayofanya kazi zake muhimu bila kusudi lolote hadi itakapoharibika na kukoma.

Denis Diderot, mwandishi mwenza na Jean-Baptiste D'Alembert wa Encyclopedia maarufu iliyochapishwa katika juzuu 17 kutoka 1751 hadi 1772, ana jukumu la mwanasayansi hivi:

> "Mwanasayansi, ambaye taaluma yake ni kuelimisha na sio kuunda kiroho, ataacha kando kwa nini, akiangalia tu jinsi. Jinsi inavyotolewa kutoka kwa viumbe, na kwa

nini kutoka kwa akili zetu ... Ni mawazo ngapi ya kipuuzi, ngapi dhana potofu, ni dhana ngapi za chimeri zinaweza kupatikana katika nyimbo ambazo baadhi ya watetezi wa upele wa sababu za mwisho wamethubutu kutunga kwa heshima ya Muumba".

"The profession of the scientist is to instruct and not to give moral lessons. In his teachings he will leave aside the "why, "looking only at "how ".

The "how" is derived from things, from beings. Instead, the "why" is only a fruit of the intellect. The intellect is not reliable. How many absurd ideas, how many false assumptions, how many chimerical notions are found in the songs in honor of the Creator!

Licha ya kukataliwa huku kwa mambo yote ya kiroho na maono yao ya uhalisi usio na kusudi, unaotegemea kubahatisha, Mwangaza ulikataa kwa ajabu kuonwa kuwa wapenda vitu vya kimwili. Voltaire alirudia mara kadhaa kwamba hakuhisi ujasiri wa kuamua kupenda vitu vya kimwili au kwa umizimu.

Enzi ya Mwangaza na Saluni za Fasihi.

Hasa kwa sababu ya upanuzi wa Mwangaza ulioanza katika karne ya kumi na nane, kipindi hicho kilichukua jina la Enzi ya Mwangaza, au "Siècle des Lumières".

Miongoni mwa wahusika wakuu tunaweza kuwataja Wafaransa Voltaire, Montesquieu na Fontanelle, ambao hata hivyo walikiri kwamba waliongozwa na falsafa ya Kiingereza inayotokana na sababu za kimajaribio na ujuzi wa kisayansi, yaani juu ya vipengele vikuu vya mawazo ya Locke, Newton na Hume.

The Enlightenment ilipata msaada mkubwa kutoka kwa saluni za fasihi.

Tamaduni hii ya kitamaduni ilikuwa tayari iko huko Ufaransa.

Kulingana na utamaduni huu, watu walikutana mara kwa mara katika kile kinachoitwa "bureaux d'esprit".

Mikutano ya saluni hizi iliandaliwa na washiriki mashuhuri wa tabaka la kati la juu au aristocracy, ambao walikuwa wakiwaalika watu wengi au wasiojulikana sana kuzungumza na kujadili maswala ya sasa. Chumba cha kuchora cha Madame Geoffrin kilijulikana, ikialika watu mashuhuri wa fasihi na falsafa kama vile Diderot, Marivaux, Grimm, Helvétius.

Baron d'Holbach alishindana na Madame Geoffrincl kwa kuandaa mikutano iliyohudhuriwa na wahusika wale wale, pamoja na Abbé Galiani na wanafalsafa wengine.

Mchuzi huu wa kitamaduni na ukweli kwamba harakati hiyo iliungwa mkono kimsingi na tabaka la aristocratic au tabaka la juu, hebu tuelewe jinsi sababu zao zingeweza kuenea kwa viwango vya juu vya jamii. Mawazo hayo yalienea kidogo sana miongoni mwa watu ambao walipaswa kukombolewa.

Hata hivyo, ikiwa hatuzingatii misimamo ya kupenda vitu vya kimwili na ya kutokana Mungu, kama ile ya awamu ya mwisho ya fikira ya Diderot, dhana ya "Mungu" inapatikana katika wanafikra wengi wa Kutaalamika. Ili kupatanisha utambuzi wao wa asili na nadharia walizotangaza, walijaribu kuonyesha uwepo wa Mungu katika asili ya ulimwengu kupitia hoja za kisayansi. Katika jitihada hii, kwa kuzingatia ukamilifu wa ajabu wa uumbaji, walikuja kuwasilisha kuwepo kwa "geometer ya milele". Ilikuwa ni swali ambalo Voltaire pia alijiuliza:

> "Ninapotambua utaratibu, ustadi wa ajabu wa sheria za mitambo na kijiometri zinazoongoza ulimwengu, njia zisizohesabika na mwisho wa vitu vyote, ninavutiwa na heshima ... kwa hivyo ninakubali akili hii ya juu bila kuogopa kwamba maoni yanaweza kubadilishwa... Lakini jeota hii ya milele iko wapi? Je, yuko mahali fulani au kila mahali, bila kuchukua nafasi? Sijui chochote kumhusu".
>
> *"When I evaluate the order and the prodigious ability of the mechanical and geometric laws that govern the universe, I am taken by admiration and respect.*
> *I admit this supreme intelligence. I am convinced of his existence and I am not afraid that someone could change my opinion.*
> *But where is this eternal surveyor? Does it exist in a specific place or is it spread everywhere? Does it occupy a space or not? I know nothing about this. "*

Kwa bahati mbaya, hakuna athari ya mashaka haya iliyobaki katika karne zifuatazo, na katika panorama ya kisayansi ya leo dhana ya "Mungu", hata iliyoonyeshwa kwa fomu ya shaka, imefutwa kabisa. Kwa kweli, leo, duru za kisayansi, isipokuwa nadra sana, zinaelekezwa kuelekea uyakinifu, kwa bahati nzuri bila mafanikio makubwa.

Kwa hakika, karibu wanadamu wote kutoka katika sehemu zote za dunia, hata wale walioishi kwa muda mrefu chini ya utawala wa ukaidi wa kukana Mungu, wanaendelea kuamini kwamba wao si mashine wala mikusanyiko isiyo ya kawaida ya maada. Wanaamini kuwa wanamiliki, pamoja na mwili, pia kiroho na nafsi.

Sheria za fizikia ya classical ambazo haziwezi kuvunjwa.

Kukanusha ukweli wa kiakili kunatokana na ukweli kwamba hizi zingeepuka sheria za asili ambazo ulimwengu kama tunavyoujua unategemea. Sio tu fizikia ya kitambo, lakini pia ile ya uhusiano inakabiliwa na sheria hizi zilizo wazi na zilizofafanuliwa vizuri.

Ujuzi wa sheria hizi hufanya iwezekane kutabiri wakati wowote jinsi jambo linalounda ukweli litakavyofanya, i.e. vitu na vitu, kutoka kwa sigara yetu nyepesi hadi galaksi za mbali zaidi.

Kuna kigezo cha umakanika ambacho hudhibiti ulimwengu unaojulikana. Kila tukio linategemea sababu, na kwa upande huwa sababu inayosababisha tukio linalofuata. Mwili unaosonga unaopiga mwili mwingine usiohamishika hutoa msukumo ambao unaweza kuhesabiwa kwa usahihi, kwa sababu inategemea uzito wa miili miwili na kasi ya kwanza. Mwili wa pili, kwa upande wake, huenda kwa mwelekeo ambao unaweza kutabiriwa, hadi umbali unaotabirika sawa.

Zaidi ya hayo, kila kitu kinahitaji chombo cha kati kusonga: kama meli inavyosonga juu ya maji na gari barabarani, muziki na sauti huenea angani, na kubebwa na mawimbi ya sauti.

Tunaweza kuzingatia sheria kuu tatu.

Sheria ya kwanza ni mshale wa wakati. Muda unasonga mbele tu, na tukio lolote haliwezi kamwe kutangulia kile ambacho tayari kimetokea. Mpangilio wa matukio umedhamiriwa na kupita kwa wakati, ambayo hairuhusu kamwe kurudi nyuma, hata ikiwa wakati mwingine tungependa.

Ya pili ni kasi. Hakuna kinachoweza kusonga kwa kasi zaidi kuliko kasi ya mwanga, ambayo ni takriban kilomita 300,000 kwa sekunde.

Ya tatu ni kwamba nguvu yoyote, ikiwa ni pamoja na mvuto na sumaku, hupungua kwa nguvu kama kazi ya umbali. Nguvu ya mvuto wa Dunia huathiri Mwezi, lakini kwa hakika si Europa au Ganymede, satelaiti za Jupiter. Kwa kweli, hufanya hivyo kwa kiwango kidogo kabisa.

Vile vile, sumaku huvutia kipande cha chuma kilichowekwa kwa umbali fulani: hata hivyo, ikiwa tunasonga chuma kutoka kwa sumaku, kivutio kinapungua hadi kinakoma.

Ulimwengu mzima unatii sheria hizi, ingawa kuna upotoshaji fulani unaoonwa na nadharia ya uhusiano. Kwa hivyo, tunaweza kuelewa ugumu wa sayansi inaposhindwa kufikiria uwezekano kwamba kitu fulani hakitii sheria hizi, kama vile mitazamo ya ziada kwa mfano.

Maonyesho hayawezi kuwepo kwa sababu mtu hawezi kujua kwanza kitu ambacho kitatokea baadaye tu. Habari hii inaweza kutoka wapi? Hakuna nafasi ya kimwili ambayo inaweza kuwa na siku zijazo. Hakuna kumbukumbu ya mambo ambayo yatatokea katika nyakati zijazo.

Mawazo ya mwanadamu mara nyingi hunukuliwa kusema kwamba hakika husafiri haraka kuliko mwanga, inaweza kuchunguza wakati uliopita na ujao na kufikia eneo lolote la ulimwengu, au ulimwengu mwingine wowote, kwa nguvu sawa.

Jibu la sayansi ni rahisi sana: mawazo ni msingi katika ubongo wetu na kwa hiyo haina hoja sana, haina kuondoka braincase. Ufafanuzi wake wote huzaliwa na kufa katika sentimita hizo chache za ujazo. Kwa maana hii hata mawasiliano ya telepathic hayawezekani, kwa sababu hakuna mawazo yanaweza kutoka kwa kichwa kimoja ili kupiga kichwa kingine.

Kwa hivyo, ili kusisitiza uwepo wa ukweli wa kiakili kama ule uliofafanuliwa katika sehemu ya kwanza ya kitabu hiki, ingekuwa muhimu kugundua mwelekeo wa ulimwengu ambao sheria za fizikia ya zamani hazikuwa halali tena.

Katika mwelekeo huu sawa na ufahamu wa pamoja (ikiwa umewahi kuwepo) mawazo ya Plato yanaweza kuwepo na kufanya kazi, pamoja na archetypes ya Jung.

Hadi 1950, hakuna mwanasayansi ambaye angeweza kuhusika hata senti moja juu ya uwezekano huu. Badala yake, katika miongo ya hivi karibuni, fizikia ya quantum imepiga hatua kubwa kwa kuchunguza jambo katika uwanja wa ndogo sana. Uwezekano kwamba mwelekeo wa kiakili pekee, sawa na ufahamu wa pamoja, ulikuwepo tayari ulitabiriwa mwanzoni mwa karne iliyopita na mwishowe, katika miaka ya 1980 na kuendelea, ilithibitishwa kisayansi. Tunazungumza juu ya "quantum entanglement"..

Ushirikiano kati ya sayansi na psyche ya binadamu.

Mojawapo ya sadfa muhimu zaidi, katika upatanishi mkubwa ambao umekuwa ukiendelea kwa miongo kadhaa ambao unawaongoza wanadamu kuelekea dhana tofauti kabisa ya ulimwengu, sio tena mkusanyiko wenye mkanganyiko wa mambo yanayotawaliwa na nasibu bali mpangilio wa mambo na akili. ikiongozwa na akili ya Ulimwengu, hakika ilikuwa ni kukutana kati ya mwanasaikolojia wa Uswizi na mwanasaikolojia Carl Gustav Jung na mwanasayansi wa Austria (ambaye atapokea tuzo ya Nobel ya fizikia mwaka wa 1945) Wolfgang Pauli.

Wawili hao walikutana mjini Zurich, ambapo Jung alifanya mazoezi ya tiba ya kisaikolojia huku Pauli akiwa Profesa wa Fizikia ya Kinadharia katika Taasisi ya Teknolojia.

Mkutano huo ulifanyika mwaka wa 1932, baada ya Pauli, akihimizwa na baba yake ambaye alihofia afya yake, kumwomba Jung kwa miadi ya kutathmini uwezekano wa kufanya uchambuzi.

Kwa hakika, Pauli alikuwa ametumia usaidizi wa Jung kutatua baadhi ya matatizo yaliyokuwapo yaliyotokana na matukio ambayo alikuwa amehusika. Kwanza kabisa kujiua kwa mama ambayo ilifanyika miaka michache iliyopita, na baadaye kuolewa tena kwa baba kwa mwanamke ambaye alikuwa na umri sawa na Wolfgang. Mwisho lakini sio mdogo, ndoa yake na Kathe Deppner, mchezaji wa cabaret, ambayo ilishindwa baada ya wiki chache.

Zaidi ya motisha ya mkutano wa kwanza, uhusiano ulianza kati ya wanasayansi wawili ambao ulidumu kwa angalau miaka ishirini na mitano, na kusababisha mjadala mkubwa wa maandishi. Katika mabishano yao wote wawili walikwenda kwa mipaka ya nyanja zao za masomo, fizikia na saikolojia, na hivyo kujenga daraja kati ya sayansi mbili ambazo hadi sasa zinazingatiwa kuwa haziwezi kusuluhishwa kabisa.

Walijua jinsi ya kuchanganya ubunifu wa Jung na ukali wa nidhamu ya kisayansi ya Pauli, bila kupata sababu za kutokuelewana ambazo hazingeweza kushinda, wala mabishano ya kuvunja.

Pauli alikaribia mawazo ya Jung na kuyashiriki kwa umakini, akishinda mawazo ya wakati huo, ambayo yalisababisha kufafanua nadharia hizo kama "bila maana yoyote". Alidumisha mtazamo wa kuchambua, lakini alijaribu kwa uthabiti kuwaelewa.

Kwa kawaida mada kuu ya mazungumzo kati ya Jung na Pauli ilikuwa uhusiano kati ya fizikia na saikolojia, ambayo ni, kati ya psyche na suala. Ni muhimu kutambua kwamba Pauli alipendezwa na usawazishaji sio sana kukidhi udadisi wa kitamaduni, lakini kwa sababu aliamini kuwa alikuwa amehusika mara kadhaa katika maisha yake katika vipindi vya upatanishi.

Mnamo 1952 walichapisha kitabu pamoja, Ufafanuzi wa Asili na Psyche (Naturerklarung und Psyche) ambao usomaji wao wote wawili makubaliano yao na tofauti zao huibuka.

Jung alichangia kazi hiyo na kazi yake inayoitwa Synchronicity: kanuni ya mawasiliano ya acausal, Pauli badala yake alichangia na insha Ushawishi wa archetypes kwenye nadharia za kisayansi za Kepler. Ni lazima kusema kwamba Jung alikuwa amesita kwa muda mrefu kabla ya kuchapisha mawazo yake, lakini ni Pauli mwenyewe ambaye alimshawishi kufanya hivyo.

Kwa ujumla, Pauli na Jung walikubali kwamba jambo na psyche zinapaswa kueleweka kama vipengele vya kukamilishana vya ukweli sawa, vinavyotawaliwa na archetypes, zinazoeleweka kama kanuni za kawaida za kuagiza. Hii bila shaka ilidokeza kwamba archetypes zilikuwa vipengele vya ngazi zaidi ya maada.

Katika mazingira yake ya kazi, Pauli alikosoa ukweli kwamba fizikia ilitenga kila kitu kinachohusiana na kiroho cha mwanadamu, hisia na hisia. Alitabiri kwamba hivi karibuni katika siku zijazo uhusiano kati ya ulimwengu wa nje wa suala na ulimwengu wa ndani wa psyche hauwezi tena kupuuzwa.

"Quantum entanglement".

Katika fizikia, sheria ya uhifadhi wa nishati ni moja wapo muhimu zaidi inayozingatiwa katika maumbile. Katika hali yake iliyosomwa zaidi na angavu sheria hii inasema kwamba ingawa nishati inaweza kubadilishwa na kubadilishwa kutoka fomu moja hadi nyingine, jumla ya kiasi chake katika mfumo wa pekee haibadilika kwa muda.

Katika kitabu chake "Feynman's Physics, Vol. I", Richard Feynman, mwanafizikia wa Marekani na mwanasayansi maarufu, Tuzo ya Nobel ya Fizikia mwaka wa 1965, anazungumzia sheria ya uhifadhi hivi:

> "Kuna ukweli, au ukipenda, sheria, ambayo inasimamia matukio ya asili yanayojulikana hadi sasa. Hakuna ubaguzi kwa sheria hii. Kwa kadiri tunavyojua ni sahihi. Sheria inaitwa "uhifadhi wa nishati".
>
> Ni wazo la kufikirika sana, kwa sababu ni kanuni ya hisabati.
>
> Sheria inasema kwamba kuna ukubwa wa nambari, ambayo haibadilika kamwe, bila kujali nini. Sheria haielezi utaratibu, au kitu halisi: ni ukweli wa ajabu kidogo. Tunaweza kuhesabu nambari fulani. Halafu, tunapomaliza kutazama maumbile yakifanya

mabadiliko yake, na kuhesabu tena nambari, tunapata kwamba nambari hiyo haijabadilika.:

"There is a law that governs known natural phenomena. This law has no exceptions, so, as far as we know, it is correct. The law is called "conservation of energy", and it is really a very abstract idea, because it is a mathematical principle.

The law says that there is a numerical magnitude that does not change, whatever happens. His statement does not describe a mechanism, or something concrete. This is a somewhat strange fact. We can calculate a certain number that represents the total energy of the universe. Then we look at things as they change. When we finish looking at the nature that plays its games, and recalculate the number, we find that it has not changed."

Bila shaka yoyote, tunaweza kuchukulia kuwa nishati ya jumla ya ulimwengu, ingawa inaweza kuchukua aina tofauti, bado haijabadilika.

Sheria hii ilitokeza matatizo makubwa sana mtu alipoanza kuchunguza kiwango cha atomiki, yaani, kile kidogo sana.

Hebu jaribu kuelewa kwa nini.

Chembe za msingi zina "spin", kivitendo harakati ya mzunguko. Mzunguko huu pia unategemea "sheria ya uhifadhi".

Kwa hivyo, ikiwa tutachukua elektroni iliyo na sifuri ya spin na kuigawanya katika sehemu mbili, sehemu moja itakuwa na spin +1/2 (nusu chanya) na nyingine itakuwa na spin -1/2, (nusu hasi) ili jumla yao iwe daima sifuri kama katika elektroni asili, na sheria ya uhifadhi inaheshimiwa.

Hebu tuchukulie kwamba, mara hii inapofanywa, tunachukua sehemu hizo mbili na kuzisogeza umbali wowote tunaoweza kufikiria. Ni wazi, popote tunapozihamisha, mzunguko wao hautabadilika ili kutokiuka sheria ya uhifadhi.

Lakini wacha tuende hatua moja zaidi, tuchukue moja ya pande hizo mbili, sema ile iliyo na nusu chanya, na ubadilishe mzunguko wake ili iwe nusu hasi.

Nini kinatokea wakati huo? Inatokea kwamba sehemu nyingine, popote ilipo, pia wakati huo huo inabadilisha hali yake kutoka kwa kati hasi, kama ilivyokuwa, hadi kati chanya. Hiyo ni, kinachojulikana kuwa athari ya spin iliyounganishwa hutokea: chembe mbili, zilizounganishwa kama walizaliwa pamoja, hubakia katika kuwasiliana kwa umbali wowote.

Ikiwa moja itabadilika, nyingine inabadilika kwa wakati mmoja, kwa sababu sheria ya uhifadhi wa ulimwengu haiwezi kukiukwa, hata kwa nusu ya elektroni.

Ilisema kama hii inaweza kuonekana kuwa ndogo, lakini ikiwa tunafikiria juu yake, hii inapingana na sheria zote za fizikia tulizozungumza hapo awali.

Kasi ya mwanga, ambayo isingeweza kuzidi kamwe, kwa kweli ni hivyo kwa wingi kwa sababu chembe hizo mbili zinaweza kuwa katika umbali wowote kati ya galaksi, hata miaka bilioni ya nuru kutoka kwa kila mmoja, lakini mara moja, kwa wakati mmoja, kila moja ya hizi mbili humenyuka. mabadiliko ya nyingine.

Mshale wa wakati, kulingana na ambayo tukio moja linapaswa kufuata lingine kama matokeo, limekiukwa. Kwa kweli sehemu hizo mbili hazibadilishi spin yao kulingana na mlolongo wa muda, kwanza moja na kisha nyingine, lakini wakati huo huo.

Hata dhana ya usababisho (kila tukio husababishwa na tukio lingine) hukoma kuwa halali kila wakati kwa ulinganifu wa mabadiliko.

Kanuni ya tatu ambayo haiheshimiwi ni ile ya kupunguza maeneo ya nguvu, kama kipengele cha umbali. Tunapaswa kufikiria pande hizo mbili zikibadilika kwa nguvu zaidi zinapokuwa karibu zaidi, na kwa nguvu zinazopungua hadi hazibadiliki tena kadri umbali unavyoongezeka. Hii sivyo: "kifungo cha nguvu" kinachounganisha chembe mbili kinabakia kabisa na mara kwa mara.

Jambo hili, yaani kifungo kinachounganisha chembe mbili, huchukua jina la kisayansi la Kiingereza la "entanglement", neno ambalo linaweza kutafsiriwa kama "intertwining, confusion". Inahusu uhusiano, wenye sifa za kiroho zaidi kuliko za kimwili, ambazo zimeanzishwa kati ya chembe mbili zilizozaliwa pamoja. Kidogo kama kile kinachotokea kati ya mapacha.

Hatimaye tunaweza kufanya uchunguzi ambao pengine ndio muhimu zaidi: chembe hizo mbili zinawasilianaje? Ni dhahiri kwamba taarifa zinazohusiana na mabadiliko ya moja ya pande mbili hazipiti nafasi yoyote na hazipelekwi kwa njia yoyote. Hakuna wakati ambapo taarifa za mabadiliko ya chama kimoja bado ziko njiani, na upande mwingine unasubiri kuzipokea ili kubadilika. Hakuna habari juu ya kwenda.

Habari ni wakati huo huo hapa na pale. Kwa urahisi, habari zipo. Chembe zote mbili zinayo, kana kwamba bado ni moja.

Baada ya nadharia huja maonyesho ya majaribio.

Riwaya hii, iliyopendekezwa na Niels Bohr na timu yake ya wanasayansi (Shule ya Copenhagen) wakati wa kuweka misingi ya fizikia ya quantum, kutoka 1927 na kuendelea, haikupokelewa vizuri sana katika ulimwengu wa kisayansi. Hasa, Albert Einstein aligundua nadharia hii haiwezekani. Aliamini kwamba, bila shaka, hoja za msingi hazikuwa sahihi na kipande fulani hakikuwepo, tofauti isiyojulikana, kufikia matokeo ya kuzingatia zaidi sio tu kwa fizikia ya classical, lakini pia kwa nadharia yake ya uhusiano.

Walakini, Einstein, ingawa alisadikishwa na hoja zake, alikuwa na akili sana kukataa au kudhihaki kipengele fulani cha sayansi kabla hakijafafanuliwa kwa uhakika kabisa. Kwa hivyo, huku akishikilia kuwa kulikuwa na makosa katika nadharia hiyo, pamoja na wanasayansi wengine wawili, mnamo 1935, alipendekeza jaribio maarufu, linalojulikana kama jaribio la EPR kutoka kwa jina la watetezi watatu (Einstein-Podolski-Rosen).

Lilikuwa ni jaribio la mawazo, yaani, kulingana na hoja na sheria zinazojulikana. Aina hii ya majaribio, hata kama ya kinadharia, bado inatabiri matokeo fulani. Majaribio ya mawazo bado yanatumika leo wakati hakuna njia za kiufundi au za kiuchumi za kutekeleza kwa vitendo. Hakika, jaribio la EPR lilizua mashaka juu ya uaminifu wa mtego, lakini hii pia ilitegemea utata wa taratibu ambazo zingeweza kufikiwa kivitendo.

Miaka mingi baadaye, mwaka wa 1964, John Stewart Bell alipendekeza toleo lililorahisishwa la jaribio hili katika makala, akialika jumuiya ya wanasayansi kulitekeleza.

Mwaliko huo ulichukuliwa na Alain Aspect, mwanafizikia wa majaribio wa Ufaransa ambaye hatimaye, katika miaka ya 1980 na kuendelea, alitekeleza jaribio hilo. Alain Aspect iliendelea kwa kusisimua elektroni ili kuilazimisha kurukaruka mara mbili. Kwa njia hii alipata kutoka kwa elektroni utoaji wa chembe mbili za msingi, fotoni mbili, ambazo zinaweza kuzingatiwa kuwa zinahusiana kwani zilizaliwa kutoka kwa tukio moja.

Majaribio ya Aspect yaliweza kuthibitisha kwa kweli utabiri wote juu ya msongamano: chembe zilitenda kama ilivyoelezewa katika nadharia, zikikwepa sheria zote kali za fizikia ya zamani. Katika miaka iliyofuata, jaribio hilo lilirudiwa na kuthibitishwa tena na tena na wasomi wengi. Leo, maabara hazioni tena kunaswa kwa chembe mbili tu, lakini kwa maelfu au mamilioni ya chembe.

Kipimo kinachoenda zaidi ya maada.

Kwa kuzingatia matokeo ya sasa ya kisayansi, tunaweza kudhani kwamba mawasiliano katika kiwango cha chembe za msingi hufanyika kwa njia ambayo ni huru kabisa ya suala, ambapo wakati na nafasi hazitumii nguvu zao. Hapa chembe mbili au zaidi zinazohusiana, ingawa zimetenganishwa na umbali usio na kikomo, hufanya kama ni moja.

"Nafasi" au kiwango ambacho hii hutokea inafafanuliwa kama "isiyo ya eneo" kwani haiwezi kuwekwa popote. Leo sayansi inahalalisha kuwepo kwa nafasi hii, ingawa haiwezi kupima uzito au vipimo vyake, wala kuizalisha tena katika maabara. Kwa hivyo, dhana zingine za fikira za mwanadamu zinazorejelea maeneo yasiyo ya eneo sawa, kama vile fahamu ndogo ya pamoja au Nafsi ya ulimwengu, pia hustahili kusomwa na kuzingatiwa.

Ikiwa basi mtu alitaka kupinga kwamba jambo hili hutokea tu kati ya chembe ambazo zimeunganishwa kwa kila mmoja katika maabara, tunaweza kukumbuka kwamba ulimwengu wote ulizaliwa kutoka kwa maabara kubwa ambapo mlipuko mmoja, mkubwa wa awali, unaojulikana kama Big Bang. . Tukio hili lilizua maada yote katika ulimwengu ambayo, kwa hiyo, yote yana uhusiano na yanajumuisha ukweli mmoja, Unus mundus wa Jung na Pauli.

Sadfa huwa na jukumu gani katika
maisha yangu?

Hili ndilo swali ambalo kila msomaji, kwa wakati huu, anaweza kutunga kihalali wakati akisubiri kupokea jibu. Tunajua kwamba sadfa muhimu hutokea, hata kama hadi sasa tumeziona kama za ajabu, wakati mwingine za ajabu, lakini ukweli usio muhimu katika maisha yetu ya kila siku.

Kwa mazoezi, matukio muhimu, au tuseme maingiliano, ni dalili zinazojaribu kuelezea nia ya Akili ya Ulimwengu. Kila usawazishaji una ujumbe kwa ajili yetu, muhimu kutuongoza katika ukuaji wa ndani. Kwa bahati mbaya, lugha ni ya kiishara na tunatatizika kupata urefu sahihi wa mawimbi ili kubainisha yaliyomo. Nukuu kutoka kwa mwanafizikia wa Marekani Joseph Henry inaweza kutusaidia kuelewa dhana hii:

> "Mbegu za kila uvumbuzi mkubwa ziko kila wakati kwenye hewa inayotuzunguka, lakini huanguka na kuota mizizi tu katika akili zilizoandaliwa.":
>
> *"The seeds of every great discovery are constantly present in the air that surrounds*

us, but they fall and take root only in prepared minds."

Tumezoea kuhusisha matukio mbalimbali yanayotokea kwa bahati nasibu, au majaaliwa yanapokuwa hasi, au hata bahati nzuri yanapokuwa chanya. Kunukuu maneno machache maarufu zaidi, Arthur Schopenhauer alikuwa na haya ya kusema:

"Hatima inachanganya kadi na tunacheza."

"Destiny shuffles the cards and we play."

Wakati Louis Pasteur alizungumza juu ya bahati nzuri:

"Bahati hupendelea akili zilizo tayari"

"Fortune favors prepared minds"

Kauli hizi zinaashiria kuwa kila fursa, ikichanganywa na kipimo cha maandalizi, inaweza kuhakikisha kwamba tunaweza kujenga maisha bora. Matayarisho yanajumuisha kujua jinsi ya kushika, kwa wakati unaofaa, ishara zinazotuongoza, kama vile kujua kusoma alama za barabarani tunapoendesha gari letu. Usawazishaji ni alama za mwongozo, alama za barabarani ambazo zinaonyesha mwelekeo.

Ni vigumu kuelewa jumbe za ishara za kawaida za mwelekeo wa kiroho tunapozama kila mara katika mwelekeo wa kimwili.

Baada ya yote, kama ilivyotajwa tayari, maingiliano yanaundwa na matukio ambayo yametenganishwa kutoka kwa kila mmoja, bila uhusiano wa sababu na athari, kusambazwa kwa nafasi na nyakati zisizohusiana. Zinakuwa na maana tunapoweza kuzielewa, tukiziunganisha pamoja na mchakato wa kiakili ambao haungekuwa wa busara kulingana na vigezo vya kawaida. Hakika, mara nyingi tunawaunganisha na mahusiano yasiyo ya kawaida.

Kwa mfano, hatuzingatii kwamba kile tulichojua hapo awali kilipaswa kutokea baadaye, kulingana na mantiki ya kila siku,

Ni katika kiwango cha kiroho ndipo maana tunayoihusisha na upatanisho inatolewa, na hivyo kwa kiwango cha roho zetu lazima tuchunguze ili kujua kwa nini tumehusisha maana hiyo, tukijaribu kuiangazia kwa alama tulizonazo. Tunapaswa kutumia alama kama ziko kwenye psyche yetu, ambayo ni, katika ufahamu wetu au katika fahamu zetu. Ni alama za archetypal ambazo zimejidhihirisha kwa njia ya usawazishaji, lakini hazingeweza kufanya hivyo katika fomu hiyo ikiwa hazingepita kwanza kutoka kwa fahamu ya pamoja hadi kupoteza fahamu zetu. Alama zinazoletwa na maingiliano hazieleweki, kwa sababu kwa bora au mbaya zipo sana, zina mizizi na zimeunganishwa katika ufahamu wetu.

Jinsi ya kuchambua usawazishaji.

Umaalumu wa ulandanishi, yaani, tabia zao za kiishara na kiunganishi cha karibu na dhamiri ndogo ya mtu binafsi, inamaanisha kuwa kufafanua ujumbe hukabidhiwa kwa mpokeaji pekee. Isipokuwa ni wataalamu wa tiba wenye uwezo wa kuzama kwenye tabaka za ndani ambazo hata mhusika mwenyewe hawezi kuzichunguza kwa ukamilifu.

Katika hali nyingi hakuna mtu anayeota kwenda kwa mwanasaikolojia kusaidiwa kufunua ishara ya ujumbe wa synchronistic, kwa hivyo tunaweza kutoa hapa ushauri wa jumla ambao unaweza kutusaidia.

Ya kwanza, kwa wazi, inajumuisha kutozingatia sadfa muhimu kama matokeo ya bahati nasibu, lakini kama ujumbe unaotoka kwa Akili bora ambayo inaratibu maelewano ya ulimwengu na inataka kutusaidia kubaki kwa usawa, ambayo ni, walengwa wa ustawi wa ndani.

Ya pili ni kuamini hukumu ya mtu mwenyewe, ambayo kwa hakika ndiyo iliyohitimu zaidi na yenye ujuzi zaidi wa kufafanua mambo ya ndani ya mtu katika kutafuta maana ya alama. Alama ni urithi wa wanadamu wote lakini, wakati huo huo, zinalingana kwa karibu na ego yetu, utamaduni wetu na njia yetu ya kuona ulimwengu. Tunaweza kusema kwamba ishara ni kama ncha ya kidole: kuna mabilioni yao, na wakati huo huo hakuna mbili sawa: kila mmoja ana alama zake za vidole za kipekee na zisizoweza kutambulika.

Ushauri wa tatu sio kuwa na haraka ya kuhusisha maana. Mara nyingi ulandanishi huwa na matukio kadhaa yanayoenezwa kwa muda. Tunapaswa kuunda droo ya siri akilini ambayo tunaweka ujumbe tusioelewa, na kila wakati tunapopokea mpya tunapaswa kuipitia na zote ambazo bado hazijatatuliwa. Zoezi hili linaweza kutoa matokeo ya kushangaza. Iwapo kila tukio la kustaajabisha litazusha mshangao fulani lakini kisha tukaliondoa haraka, tunaweza kukatiza njia ambayo hii ilikuwa hatua muhimu. Kwa kweli, usawazishaji unaweza kujidhihirisha kwa siku au miezi, au hata miaka, na kila bahati mbaya mpya inaweza kuwa uboreshaji wa uliopita.

Tukumbuke kwamba mahali ambapo upatanishi hutoka mara nyingi hujulikana kama "isiyo ya eneo", kwa sababu haiwezekani kuipata katika nafasi au kwa wakati. Katika ngazi zisizo za mitaa nafasi na wakati hazipo, na hii inathibitishwa kisayansi na fizikia ya quantum na ugunduzi wa hivi karibuni wa jambo linaloitwa quantum entanglement.

Kama nyongeza ya ushauri huu wa tatu, wasomi wengi na waandishi wanatetea kutunza jarida la matukio. Katika shajara hii tunaweza pia kuandika ndoto muhimu, i.e. zile ambazo zimeathiri psyche yetu zaidi.

Ndoto inaweza kuwa na thamani ya "synchronistic" (au ya kinabii) wakati tukio la ndoto linatokea, au wakati tunaweza kufanya maana ya tukio kwa kuunganisha na ndoto.

Viwango vitatu vya ukweli.

Kulingana na yale ambayo yamefafanuliwa katika sura zilizotangulia, uwakilishi tofauti kabisa wa ulimwengu unatokea kutoka kwa ule ambao tumezoea kuufikiria. Bila shaka, sisi sote tunaendelea kuuona ulimwengu kama tulivyouona siku zote, kwa kuwa hisi tano ambazo asili hutupatia zimeundwa ili kupata uzoefu wa ulimwengu huu. Mahitaji yetu muhimu na mahitaji ya kuishi yanamaanisha kwamba tunaweza kuona, kugusa, kunusa, kusikia na kuonja uhalisia katika mwelekeo unaolingana na sisi wenyewe: kwa kweli, hatuwezi kuchunguza galaksi za mbali kwa uwezo wetu wa kuona, wala hatuwezi kuchunguza uhai wa viumbe vidogo. . Hatuoni harufu ya mlipuko wa supernova wala rangi ya molekuli zinazounda miili mbalimbali. Hizi ni kazi zinazopita zaidi ya mahitaji yetu ya kimsingi, na ni katika haya tu ambayo mageuzi yametufanya tuwe na ujuzi sana.

Masafa mengi hutoa rangi na sauti ambazo hazionekani au kusikika kwetu. Kugusa na ladha, hata hivyo iliyosafishwa tunaweza kuzingatia, kuruhusu sisi kutofautisha wazi tu aina nyembamba ya ladha na harufu.

Tunaweza kusema kwamba hisi zetu tano ni ala zenye ukali na finyu sana ikilinganishwa na tofauti zisizo na kikomo zinazotolewa na ulimwengu.

Hata hivyo, sisi pia tuna hisia nyingine mbili. Hisia ya sita ni intuition, ambayo inaruhusu sisi kuchakata habari ambayo ni muhimu sana katika maisha rahisi ya kila siku, ikiwa sio katika maisha halisi.

Intuition ni zana nzuri ambayo huchakata uzoefu wetu ili kutupa ushauri wa kitabia.

Wanaume wa zamani waligundua sumu ya matunda au hatari ya kuumwa na wadudu. Walifanya hivyo kwa kutathmini rangi yao au umbo la miili yao.

Kutoka kwa uchunguzi wa haraka wa hali waliweza kuhesabu uwezekano mkubwa au mdogo wa hatari. Leo tunatumia Intuition kutathmini watu na fursa, na mara nyingi shukrani kwa uvumbuzi tunaweza kutoamini wale ambao wangependa kutudanganya au kuamini wale ambao wanaweza kutusaidia. Kwa hivyo angavu hutusaidia kutambua pande chanya na hasi za fursa, na mara nyingi huchukua jukumu muhimu katika maamuzi yetu. Hakika angavu si zana isiyokamilika, lakini uzoefu hutusaidia kuuboresha.

Kwa kawaida maana ya sita, ingawa inategemea tu mawazo, haina kitu cha ajabu: habari tunayotumia kuunda hukumu zetu zote zimo katika kumbukumbu zetu na katika historia yetu ya kitamaduni. Kwa hiyo, mchakato wa angavu ni wa ndani kabisa kwa psyche yetu, lakini pia unaambatana na ulimwengu wa nje wa suala.

Kiwango cha Quantum na kiwango cha "isiyo ya ndani"..

Sayansi ya sasa inatuambia leo kwamba, zaidi ya kiwango cha kimwili ambacho hatujui, kuna viwango vingine viwili.
Ya pili ni kiwango cha quantum, yaani, mazingira ambayo chembe za msingi husogea na kufanya kazi bila vizuizi vyovyote vinavyohusu kiwango cha macroscopic. Kama tulivyoona, chembe huanzisha vifungo bila mipaka ya nafasi na wakati. Kipengele hiki kinapendekeza kuwepo kwa ngazi ya tatu, ile isiyo ya eneo, ambayo haijatengenezwa na maada bali nishati na taarifa.

Ni kiwango ambacho ulimwengu wote umeunganishwa katika mtego mkubwa, na una habari zote, yaani, akili yote ambayo imekomaa tangu wakati wa kwanza wa kuwepo kwake. Habari hii pia inaungwa mkono na nishati isiyo na kikomo inayoifanya izunguke popote inapohitajika.

Hisia ya saba.

Ili kufikia kiwango kisicho cha kawaida, hisi tano haziwezi kutusaidia, na wala intuition haiwezi. Tunahitaji hisia ya saba, ambayo lazima tuanze kuikuza. Ingawa hisi ya sita hutuokoa kwa kuchakata maelezo ambayo tumekusanya kwa uchungu na uzoefu wetu wa kila siku, hisi ya saba inaweza kuturuhusu kuwasiliana na amana tajiri zaidi, uzoefu wote wa ulimwengu. Kutoka kwa amana hii hupata maonyo, maono ya siku zijazo, na anuwai nzima ya matukio ambayo tunaita extrasensory.

Kiwango cha kutokuwa na eneo kimekuwa kikitabiriwa na kila ustaarabu, kila falsafa na kila dini na leo tuna ushahidi wa kuwepo kwake. Pia tunajua kuwa intelijensia inasimamia utendakazi wa wasio wa eneo. Kwa kweli, inawezaje kutawaliwa na bahati?

Kutoka kwa kiwango hiki tunapokea ujumbe. Mara nyingi ni za mfano na tunajitahidi kuzifafanua, lakini inawezekana kwamba ubinadamu hivi karibuni utaweza kuanzisha kiwango cha juu cha uelewa.

Kila mtu anaweza kuita kiwango hiki kwa jina analopendelea: Akili ya Ulimwenguni, Akili ya Ulimwenguni, Ulimwengu wa Mawazo, Akili ya Ulimwengu, Kutofahamu kwa Pamoja, Kutokuwa na eneo, Tao, Atman, Mungu, Roho Mtakatifu. Tunajua kwamba ipo, na tunajua kwamba misaada muhimu kwa ukuaji wa watu binafsi na kwa maendeleo ya wanadamu wote hutoka kwenye mwili huu. Tumeita misaada hii "sadfa kubwa" au "synchronicities", lakini mtu yeyote anaweza kuwaita kile anachotaka: maongozi, unabii, mafunuo, miujiza.

Hatuwezi kamwe kujua tunachozungumza, lakini jambo muhimu ni kwamba, hata hivyo, wakati huko nyuma tulirejelea nadharia zisizo wazi, leo tunazungumza kwa ujasiri mkubwa na uhakika wa kiwango cha juu zaidi, cha kiroho au kiakili, ambacho kipo kweli.

Bibliografia

Acheson David # One thousand eighty-nine and other magic numbers.
Aguirre Anthony # Zen and Multiverses
Allen Steve # Deceptions of logic
Ambesi Alberto # Panteismo
Amir Dan Aczel #Entanglement. The greatest mystery of physics.
Amir Dan Aczel # The Mystery of the Alef
Amir Dan Aczel # The God Equation
Anderl Sybilla # The universe and me. A philosophy of astrophysics
Angier Natalie # The canon of science. Guided tour from the infinitesimal to infinity for enthusiastic beginners...
Anthes Emily # Quick Guide for Brainiacs: The Mind
Armstrong David # What is metaphysics
Asimov Isaac # The Physics Book
Asimov Isaac # In the beginning. The book of genesis interpreted.
Asimov Isaac # The invisible universe
Baker Stephen # The secret power of mathematicians
BakerJoanne # Quantum Physics. 50 great ideas
Barbour Julian # The point of Janus. A new theory of time
Julian Barbour # The End of Time.
Barrow, Tipler # The anthropic principle.
Barrow John David # 1+1 does not (always) do 2
.
Barrow John David # From the Self to the Cosmos
Barrow John David # The numbers of the universe

Barrow John David # The Book of Universes. Complete guide to possible universes
Barrow John David # The mono within the world
Barrow John David # Infinity
Barrow John David # The universe as a work of art
Barrow John David # The Pictures of Science
Barrow John David # The Origins of the Universe
Barrow John David # Why is the world mathematical?
Beitman Bernard # Messages of coincidences.
Bergson Henri # Essay on the immediate data of consciousness
Berkeley George # Philosophical Works
Berti Enrico # History of metaphysics
Bocchi G, Ceruti M. # Origins of stories
Bodanis David # $E=mc^2$. Biography of the equation that changed the world
Bogdanov Igor # Before the Big Bang. The origin of the universe
Bohm - Khrisnamurti # Where time ends
Bohm - Khrisnamurti # The limits of thought
Bōhm Conrad # The Keys of the Cosmos
Bohm David # Universe Mind Matter
Brockmn John # That's not true but I believe it
Bruno Giordano # Of the infinite universe and worlds
Bryson Bill # A Brief History of (Almost) Everything
Burgin Luc # Errors of science
Cambray Joseph # Synchronicity. Nature and psyche in an interconnected universe.
Campbell, Joseph # Dee. The mysteries of the divine feminine
Campbell, Joseph # The Inner Reaches of the Cosmos. The metaphor in myth and religion
Capra F. Luisi P.L. # Life and nature. A systemic view.
Goat Fritjof # The turning point
Goat Fritjof # The Tao of Physics.
Goat Fritjof # The science of life
Goat Fritjof # Towards a new wisdom
Cattabiani Alfredo # Planetarium
Cederquist John # Coincidences don't exist.
Cesati Cassin Marco # Non siamo qui per caso. Il potere delle coincidenze.
Chandrasekhar Sub. # Truth and beauty. The reasons for aesthetics in science.
Close Frank # Theories of everything

Scatti Monica # Buchi neri evanescenti
Coppens Yves # The construction of prehistory
Couliano Joan # The journeys of the soul
Coustè Alberto # Brief history of the devil
Currivan Jude # The Cosmic Hologram
D'Ancona Vittorino # Greek mythology
Damasio Antonio # Emotion and conscience
Damasio Antonio # Descartes' error. Emotion, reason and the human brain
Dask Mike # Beyond Borders
Davies Paul # How to build a time machine
Davies Paul # God and the new physics
Davies Paul # The last three minutes
Davies Paul # The Mysteries of Time. The universe after Einstein
Davies Paul # The Intelligent Cosmos
Davies Paul # The fleeing universe
Davies Paul # The Mind of God
Davies Paul # Are we alone?
De Santillana Giorgio, Von Dechend Hertha # Hamlet's mill. Essay on myth and the structure of time.
Du Sautou Marcus # The perfect mess
Du Sautou Marcus # The Million Dollar Equation
Du Sautou Marcus # The impossible theories. What are the limits of science?
Dumezil Geoges # Archaic Roman religion
Albert Einstein # Albert Einstein. Relativity and new physics
Einstein Albert # The world as I see it
Einstein Albert # Thoughts, ideas, opinions
Einstein, Infeld # The evolution of physics
Ekelan Ivar # Chaos
Facchini- Magnani # Myths and rites of prehistory
Faggin Federico # Irriducibile, Conscience, life, computers and our nature
Faggin Federico # Silicon
Falletta Nicholas # The Book of Paradoxes
Federrici Vescovini G. # Magico Medioevo
Ferris Timothy # The Adventure of the Universe. From Aristotle to quantum theory and beyond: a never ending story
Albertini Foundation # Prove e indizi dell'aldilà
Andrea Sardos Foundation # Prove e indizi dell'aldilà. Il caso Andrea
Ford Kenneth # The quantum world. Quantum physics

Franks E.M. # Carl Jung's theory of psychological types
Fraser J. T. # Time: an unknown presence
Frazer James # The golden branch
Friedman Richard # Who Wrote the Bible?
Gallippi Angelo # Federico Faggin. Il padre del microprocessore
Gamow George # Gravity
Gamow George # The Adventures of Mr. Tompkins. Daedalus Editions
Gamow George # New World of mr. Tompkins. Zanichelli
Gamow George # Thirty Years That Shocked Physics
Giacomelli Giorgio # Dal quark al big bang
Giuliodori Lucio # Sul concetto di sincronicità: Jung tra psicoanalisi e quantismo
Giuliodori Lucio # Tra fisica e metafisica. Alcune implicazioni
Atlanti Giunti # Geografia generale, astronomia e cartografi
Gleick James # Chaos. The birth of a new science
Goldman Jane #Xfiles. The Book of Incredible Facts
Goswami Amit # Quantum Guide to Enlightenment. Mediterranean Editions
GrazianoMichael # Rethinking conscience
Grecchi Vittorio # The brain field lies
Greek Peter # The origin of the universe
Greene Brian # Until the end of time. Mind, matter and the search for meaning in an ancient universe
Greene Brian # The elegant universe. Superstrings. hidden dimensions and the search for the ultimate theory.
Greene Brian # The Elegant Universe
Greene Brian # The Hidden Reality
Greene Brian # The hidden reality - parallel universes and profound laws of the cosmos. Philosophies of sciences
Greene Brian # The plot of the cosmos. Space, reality.
amazing things happen every day
Harner Michael # The Way of the Shaman
Harrison Edward # The Masks of the Universe
Hawking - Penrose # The nature of space and time
Hawking Heckler # The Grand Design.
Hawking -Mlodinov # From the Big Bang to black holes. Brief history of the universe. Mondadori
Hawking Stephan # Holes nr and newborn universes
Hawking Stephen # The universe in a nutshell. Oscar Saggi Mondadori.

Hawking Stephen # The Great History of Time. Mondadori
Stephen Hawking # The Theory of Everything. Origin and destiny of the universe. Mondadori.
Hawking Stephen # Gazing up at the stars
Heckler Richard # Coincidences
Heidegger, Martin # What is metaphysics?
Heidegger, Martin # The concept of time
Heisenberg Werner # Physics and Philosophy
Hermann Greta # Physics and philosophy
Higfield, Roger # The Science of Henry Potter
Hillman, James # The Soul Code
Huxley Aldous # Brave New World. Back to the new world.
Jaffè Aniela # Dreams, prophecies, apparitions
Jaynes Julian # The Breakdown of the Bicameral Mind and the Origin of Consciousness
Johnson Steven # Where great ideas are born. Natural history of innovation
Joseph Frank # The Power of Coincidences. The meeting point.
Jou David # Rewrite Genesis. In search of the mathematical formula of creation
Jung Carl # Animus and anima
Jung Carl # Experience and mystery
Jung Carl # The Red Book. Liber novus.
Jung Carl # Jung speaks Interviews and meetings
Jung Carl # The analysis of dreams. The archetypes of the unconscious. The synchronicity.
Jung Carl # The ego and the unconscious
Jung Carl # Man and his symbols
Jung Carl # The psychic dimension. Collection of writings.
Jung Carl # Psychology of the unconscious
Jung Carl # Memories and reflections.
Jung Carl # Psychological types
Kaku Michio # The future of humanity
Kaku Michio # Hyperspace
Kaku Michio # The divine equation
Kane Gordon # The Garden of Building Blocks. Longanesi
Karsenti Eric # A Brief History of the Origins of Life. From the cell to the human being, the most beautiful story ever told: ours
Kauffman Stuart # Reinventing the sacred
Krauss Lawrence # The Universe from Nothing
Krauss Lawrence # The Physics of Star Trek

Kumar Manjit # Quantum. From Einstein to Bohr, a new idea of reality.
Kundera Milan # Immortality
Kung Hans # Chinese Christianity and Religiosity.
Lanza R. + Herman # Biocentrism
Lanza Robert # The grand biocentric design
Lanza Robert # Beyond biocentrism
Laszlo Erwin # Science and the Akashic Plan
LaszloErvin # The Immortal Mind
Ledoux Joseph # The emotional brain
Licata Ignazio # Observing the Sphinx. DiRenzo Publisher.
Lindley David # Einstein's moon
Lipton Bruce # The Biology of Belief
Lurker Manfrd # Dictionary of Biblical Pictures and Symbols
Massimini Tononi # Nothing greater
Mavaldi Marco # The two heads of the tyrant. Mathematical methods for freedom
McTaggart Lynne # The secret force of the universe. The zero point field
McTaggart Lynne # The Bond. The quantum link
Mecacci Luciano # Identikit of the brain
Michell John # Astroarchaeology
Mullis Kary # They dance naked in the field of mind
Musso Paolo # Science and the idea of reason. Science, philosophy and religion from Galileo to black holes and beyond.
Muzzio Publisher # Caos. Una scienza per il mondo reale
Nagel Thomas # A very short introduction to philosophy
Neumann Erich # History of the origins of consciousness
Nietzsce # Beyond good and evil
Nietzsche Friedrich # Thus Spoke Zarathustra
New Syntheses # Galileo Newton Einstein
O'Keane Veronica # The Bazaar of Memory. How we build memories and how memories build us
O'Regan J. Kevin # Why colors don't play. A new theory of consciousness
Pauli Wolfgang # Psyche and nature
Pearson Carol S. # The hero within us
Peat David # The Paths of Chance
Peat David # Synchronicity. A union between matter and psyche. Magi Editions

Peiretti Federico # Il matematico si diverte. Duecento giochi e puzzle che hanno fatto la storia della matematica
Pellegrini Massimo # Fisica quantistica per principianti
Penrose Roger # The Universe is still a secret
Penrose Roger # The Emperor's New Mind
Penrose Roger # The road that leads to reality
Perconti Pietro # Conscience. Philosophical lexicon
Pichot André # The birth of science. Mesopotamia, Egypt, Ancient Greece
Pim van Lommel # Consciousness beyond life
Pinotti-Baccarini # Italia esoterica
Popper Karl # The ego and its brain. Armando Publisher.
Powell Arthur # The astral body and related phenomena
Prattico Franco # From chaos… to conscience
Privitera Agata # MBT The Myers-Briggs theory and the 16 personalities
Proverb Edward # Archaeoastronomy
Radin Dean # Interconnected Minds. Psychic phenomena explained by quantum physics.
Ramorino Felice # Classic mythology illustrated
Randall Lisa # Curved passes. The mysteries of the hidden dimensions of the universe
Ranucci Stefano # Physics of the other world. When consciousness and quantum physics explain the paranormal
Reda Giuseppe # Energy and its forms of existence
Reeves Hubert # Cosmic Evolution
Regge Tullio # Infinity
Renn Jurgen # The evolution of knowledge
Rey Olivier # Itineraries of bewilderment. What if science were a great metaphysical enterprise?
Rezzolla Luciano # The irresistible attraction of gravity. Journey to the discovery of black holes
Robinson Richard # Why does toast always fall buttered side up? The brilliant scientific explanation of Murphy's Laws
Rodriguez Pepe # God was born a woman
Rowan Robinon # The nine numbers of the cosmos. The origin and nature of our universe
Rucker Rudy # The Fourth Dimension. A guided journey into higher order universes
Russel Bertrand # Dictionary of physical and moral logic
Russo Lucio # The forgotten revolution. Greek scientific thought

Russo Michele # Is life a "case" of matter?
Essay Isabella # Age, if any
Sale Musio Carla # Communicating with those who no longer have a body
Sarle John # The Mystery of Conscience
Schoch Robert # The voice of the stones. Lost civilizations
Searle John # The mind
Sheldrake Rupert # The Extended Mind. Hooray.
Sheldrake Rupert # The illusions of science. Hooray.
Siegfried Tom # The Number of Heavens. A story of the multiverse and the quest to understand the cosmos
Sigman Mariano # The Secret Life of the Mind. How our brain works when it thinks, feels, decides
Singer Charles # A Brief History of Scientific Thought
Sissa ISAS laboratories # Chaos and complexity
Smith Michael # Jung and shamanism.
Smolin, Lee # Einstein's Unfinished Revolution. The search for what is there
Sorensen Roy # Philosophical Wonder Room
Sparzani and Panepucci # Jung e Pauli. La corrispondenza originaria:
Stanzani Maserati # Consciousness and meaning
Stapp Henry# Quantum Theory and Free Will. Springer International Publishing.
Stavros Joshua # Shamanism
Stein Murray # The principle of individuation. Towards the development of consciousness
Stenger Victor # Why Science Doesn't Believe in God. Faith's Lost Challenge to Reason
Styer Daniel # Really understanding relativity. Discovering Einstein's theory
Sun-Tzu # The Art of War
Surace Graziano # The Quantum of Challenge
Surprise Kirby # Sincronicità. Comprendere e utilizzare coincidenze significative
Talbot Michael # All is one. Feltrinelli
Teodorani Massimo # Bohm. The physics of infinity.
Teodorani Massimo # Entanglement. The entanglement in the quantum world: from particles to consciousness.
Teodorani Massimo # The great celestial numbers
Teodorani Massimo # The atom and the elementary particles. Macro Editions

Teodorani Massimo # The creative mind. From the physical universe to intelligent life. Macro Editions.
Teodorani Massimo # Telling the universe. Popular introduction to astrophysics
Teodorani Massimo # Synchronicity. The link between physics and psyche. From Pauli to Jung to Chopra.
Teodorani Massimo # Teleportation
Teodorani Massimo # Tesla. A brillant idea
Tesla Nicola # My inventions. The autobiography of a genius
Tesla Nikola # On increasing human energy
Frank Tipler # The physics of immortality. Double day.
Tong Ziya # When you look at the world and you don't see it
Toni Paolo # Mathematical sparks. Games and competitions of creativity and logic
Tononi Edelman # A universe of consciousness
Tononi Giuio # PHI A journey from the brain to the soul
Vaas Rudiger # Hawking. Universe, space, time
Vacca Roberto # You too are a mathematician
Vafa Cumrun # Puzzles to decipher the world
Vassallo Nicola # Philosophies of the sciences
Vidali Paolo # History of the idea of nature. From Greek Thought to Anthropocene Consciousness
Vincenzo Lorenzo # Enlightenment.
Vitebski Piers # Shamans
Von Franz Marie-Louise # Divination and synchronicity. Psychology of significant coincidences
Von Franz Marie-Louise # Fairy tales interpreted
Von Franz Marie-Louise # Psyche and matter
Von Franz Marie-Louise-ok # Psychological typology. The functions of consciousness: thinking and feeling, intuition and sensation
White John # The meeting of science and spirit. Publishing Practices.
Widmann Claudio # Introduction to synchronicity. Magi Editions.
Widmann Claudio # Synchronicities and significant coincidences. Magi Editions.
Wiener Anna # The dark valley
Wigner Eugene # The unreasonable efficacy of mathematics in the natural sciences
Wilber Ken # Quantum Issues
Wilson Edward # Wonderful Harmony
Wolf Fred # Time loops and space twists. How God created the universe. Find out why space, time and matter are closely connected

Wolke Robert # To his barber Einstein told it like this. Daily life and scientific questions
Zeilinger Anton # Einstein's Veil
Zeilinger Anton # The dance of photons
Wandering Dionysus
Zoppi Giorgi0 # Cosmology with six difficulty levels

Ilikamilika kuchapishwa mnamo Juni 2023

Bruno Del Medico, mwanablogu, mwandishi, mchapishaji wa Italia, aliyebobea katika usambazaji wa mada zinazohusiana na mambo ya sasa ya kijamii na mipaka mpya ya sayansi. Yeye ndiye mwandishi wa maandishi mengi yanayohusiana na janga la hivi karibuni. Del Medico huchapisha msururu wa vitabu vilivyobobea katika fizikia ya quantum na metafizikia.

www.ingramcontent.com/pod-product-compliance
Lightning Source LLC
LaVergne TN
LVHW051113051026
849532LV00004BB/1537
9798223313540